का रे भुललासी

वपु काळे

मेहता पब्लिशिंग हाऊस

- *या पुस्तकातील लेखकाची मते, घटना, वर्णने ही त्या लेखकाची असून त्याच्याशी प्रकाशक सहमत असतीलच असे नाही.*

KA RE BHULALASI by V. P. KALE
का रे भुललासी : वपु काळे / कथासंग्रह

© स्वाती चांदोरकर व सुहास काळे
मराठी पुस्तक प्रकाशनाचे हक्क मेहता पब्लिशिंग हाऊस, पुणे.

प्रकाशक : सुनील अनिल मेहता, मेहता पब्लिशिंग हाऊस,
१९४१, सदाशिव पेठ, माडीवाले कॉलनी, पुणे - ४११०३०.
मुखपृष्ठ : चंद्रमोहन कुलकर्णी
प्रकाशनकाल : २५ मार्च, १९९७ / मेहता पब्लिशिंग हाऊसची
पाचवी आवृत्ती : ऑगस्ट, २००५ / जुलै, २००६ /
नोव्हेंबर, २००७ / मे, २००९ / ऑगस्ट, २०१० /
जानेवारी, २०१२ / जानेवारी, २०१३ / डिसेंबर, २०१३ /
जुलै, २०१५ / डिसेंबर, २०१६ / पुनर्मुद्रण : मे, २०१८

P Book ISBN 9788177665840
E Book ISBN 9788184988123
E Books available on : play.google.com/store/books
www.amazon.in

'संगीताच्या प्रांतात स्वत:चं
दालन.....................'
यासारखी वर्णनं आता जीर्ण वाड्यासारखी
झाली आहेत.

केवळ 'वरलिया रंगावर' भुलून जाऊ नये,
इतकं ज्यांचं अंतर्मनही लोभसवाणं आहे, अशी
माणसं दुर्मीळ.

मनानं निर्लेप, बुद्धिवादी आणि संगीतातील
गाण्यांच्या चालींप्रमाणेच वृत्तीही गूढ,
विचारशील असा तीन तपं राज्य करणारा
हृदयनाथ मंगेशकर.

हृदयनाथ हे नाव मग एका माणसाचं राहत
नाही.
ज्या ज्या रसिकांच्या मनात 'भेटीलागी जीव' चे
आर्त सूर कायम वस्तीला येतात, ते सगळे
हृदयनाथमय होतात.

'का रे भुललासी' याचं कारण हे.
म्हणूनच ही चौथी आवृत्ती
हृदयनाथ या मित्राला.

माझ्या जिंदादिल वाचकांनो,

केव्हातरी तुम्हा सर्वांचे जाहीर आभार मानायचे होते.
तुम्ही आजवर माझे वेडेवाकडे विचार ऐकलेत,
पुस्तकातून वाचलेत.
कधी स्वत: विकत घेऊन वाचलेत, कधी पुस्तकं पळवून वाचलेत.
म्हणजे चक्क ढापून वगैरे.
असं चालायचंच.
वाचलंत हे महत्त्वाचं.
लोभ केलात आणि रागावलातही.
राग आणि लोभ कधी भेटून व्यक्त केलात, तर कधी पत्रातून.
आज आभार...

तुम्हाला हा शब्द आवडणार नाही. मलाही तो पसंत नाही. म्हणूनच 'हुंकार' आणि 'का रे भुललासी' ह्या संग्रहांच्या दुसऱ्या आवृत्तीच्या निमित्तानं इतकंच सांगतो, 'तुम्ही मला खूप आनंद दिलात.'

'हुंकार' आणि 'का रे भुललासी' ह्या संग्रहांच्या या जरी दुसऱ्या आवृत्त्या असल्या तरी त्यात फेरबदल आहेत.

'लोंबकळणारी माणसं', 'ब्रह्मदेवाचा बाप', 'मी, माझी सौ. आणि तिचा प्रियकर' ह्या न मिळणाऱ्या संग्रहातील निवडक कथा ह्या दोन पुस्तकात प्रकाशित केल्या आहेत. जुन्या काळातल्या बऱ्याचशा कथा आता कालबाह्य वाटतात. त्या कथा कायमच्या पडद्याआड गेल्या तरी चालणार आहे.

म्हणूनच, तसाच्या तसा संग्रह काढण्यापेक्षा आजही ज्या कथा वाचनीय वाटतील तेवढ्या, ह्या दोन संग्रहांच्या दुसऱ्या आवृत्तीत समाविष्ट केल्या आहेत.

'लोंबकळणारी माणसं', 'ब्रह्मदेवाचा बाप', 'मी, माझी सौ. आणि तिचा प्रियकर' ह्या संग्रहातील इतर कथांचा मी कायमचा निरोप घेतला आहे.

कथांच्या आवडीनिवडीबाबत मतभेद होणं स्वाभाविक आहे. पण ह्या कल्पनेचं स्वागत तुम्ही जरूर कराल ही अपेक्षा.

तुमचा,

आत्ता आपल्या पुढून स्कूटर गेली ना, केशरी रंगाची, ती वपुंची. अगदी ह्याच वेगानं वपु आयुष्य जगत आहेत.

नाहीतर त्यांना इतक्या गोष्टी करताच आल्या नसत्या.

वपु सुरेख चित्रं काढतात, घराची सजावट करतात; आपल्या आणि दुसऱ्यांच्याही. व्हायोलिन वाजवतात, उत्कृष्ट फोटो काढतात, उत्तम वक्तृत्व करतात.

– अशा कितीतरी गोष्टी.

आणि वपु विविध प्रकारचं लेखन करतात. तेही थक्क करून टाकणाऱ्या झपाट्यानं. बघता बघता वपुंची चौतीस पुस्तकं प्रसिद्ध झाली. वपु वेधक कथा लिहितात एवढंच नव्हे, तितक्याच वेधकपणे ते कथाकथनही करतात. हे सर्व करीत असतानाच ते दैनंदिन जीवन अगदी रसिकतेनं, चवींचवीनं जगत असतात. नवं नाटक, नवा सिनेमा वपु पाहणार! खास गाण्यांच्या मैफली, ते सहकुटुंब, सहपरिवार ऐकणार. अखंड मैत्रीचे नवे नवे दुवे जोडीत जाणार. (जुने दुवे न तोडता) आणि आपल्या एका मित्राची दुसऱ्या मित्राशी ओळख करून देत जाणार. त्यामुळं वपुंशी स्नेह म्हणजे आपोआप पाच-पंचवीस लोकांशी एकदम परिचय. लवकरच तुम्हाला जाणवू लागतं : 'आपण अनेक मनाच्या एका नव्या नगरात येऊन पोहोचलो आहोत. ही सर्वच मंडळी रसिक आहेत, कलासक्त आहेत आणि ह्यांच्या सहवासात आयुष्याला नवा अर्थ आलेला आहे!'

वपुंची स्कूटर दोन दिवस घरी पडून असते.

कारण वपु आजारी असतात.

साहजिक आहे. एवढ्या वेगानं आयुष्य जगायचं – भोगायचं म्हटलं की त्याची किंमत कुठंतरी द्यावी लागणार!

कुणी सांगितलं होतं एवढे उद्योग करायला?

मी वपुंना भेटायला जातो. दुखणे गंभीर असल्याची वपुंची चर्या.

दोन तास बसून मीही संचित होऊन घरी परततो.

पुन्हा दुसऱ्या दिवशी धावतपळत त्यांना भेटायला जातो.

सुहास हसत सांगतो : 'बापू बार्शीला गेलेत. कथाकथनाला!'

'का ऽ ऽ ऽ य?'

'हो! रात्री ठाण्याचा कार्यक्रम केला न् बार्शीला गेले. नाशिकचा कार्यक्रम उरकून गुरुवारी येतील!'

मी थक्क होऊन परततो.

– आत्ता आपल्या पुढून स्कूटर गेली ना ती वपुंची.

शंकर वैद्य

अनुक्रमणिका

बी. एम. पी. बेचाळीस बेचाळीस

१

अनेकदा बातमी झळकते तशीच ती बातमी होती. पण बातमी वाचताच माझा थरकाप झाला. हाताला कंप सुटला.

चहाचा कप शेजारी ठेवून कमल मघाशीच आत गेली होती. तिचा कॉफीचा कप घेऊन ती बाहेर आली.

मला एकदम गरम चहा पिता येत नाही आणि त्याच्या उलट कमलला अगदी स्टोव्हवरून उतरवलेली कॉफी हवी असते.

मी चहा उशिरा घेतो हे माहीत असूनही ती म्हणाली,

''चहा निवला.''

तरी मी गप्प होतो. माझ्या चेहऱ्याकडे लक्ष जाताच हा काहीतरी निराळा प्रकार आहे, हे तिनं ओळखलं.

''काय झालं हो?''

''बेचाळीस बेचाळीसला ॲक्सिडेंट झाला.''

कमलनं कॉफीचा कप पटकन खाली ठेवला. माझ्या हातून पेपर ओढून घेतला. दोन-चार मिनिटांपूर्वी जी बातमी मी वाचली होती, त्याच बातमीवरून आता तिची नजर फिरत होती.

मजकूर संपताच विषण्ण मनानं तिनं पेपर बाजूला ठेवला.

''फोटो पाहिलास?''

''हूं.''

''टॅक्सीचा अगदी चक्काचूर झालाय.''

''हूं.''

''अपघाताचं वर्णन मात्र मला पटलं नाही.''

''का?''

"बेचाळीस बेचाळीस असं रॅश ड्रायव्हिंग करील असं वाटतं तुला?"
"काही कळतच नाही."
"फोटोत फक्त नंबरप्लेट ठसठशीत दिसतेय. बाकी गाडीचा भुगा झालाय."
"येता?—आपण जाऊ या."
"कुठे?"
"हॉस्पिटलमध्ये."
"जाऊ या."

कमल आणि मी हॉस्पिटलमध्ये जायला निघालो. बी. एम. पी. बेचाळीस बेचाळीस एक टॅक्सी. मुंबईतल्या चौदा हजार टॅक्सींपैकी एक टॅक्सी. दिवसाकाठी पाच-सहा होणाऱ्या अपघातांपैकी एक अपघात.
तसं सगळंच परकं. तिऱ्हाइतासारख्या, अशा असंख्य बातम्या आपण वाचतो. तटस्थपणानं पान उलटतो. थोडं चुकचुकतो. कधी मूर्खासारखे शेरेही मारतो. 'दारू प्यायला असेल, टॅक्सीवाले माजलेत– लॉरीवाल्यांना तर उघड्यावर फटके मारले पाहिजेत– पोलीस खातं काय करतंय?' वगैरे वगैरे. कुणीही काहीही विचारलेलं नसताना आपण फार बडबड करतो. वस्तुस्थिती लक्षात घ्यायला आपल्याला सवडच नसते. आपण सटासट शेरे देत सुटतो.
असं का होतं?
तर एकूण आपण फार तटस्थ असतो.
पण जरा जवळीक निर्माण झाली, माणूस समजायला लागला, की हे धाडस आपण करीत नाही.
बेचाळीस बेचाळीस ही नुसतीच एक टॅक्सी असती, इतर तेरा हजार नऊशे नव्व्याण्णवसारखी, तर असले शेरे मारून मी आज अंघोळ कशी टाळता येईल ह्या विचारात गुंतलो असतो आणि कॉफी गार झाली म्हणून ती पुन्हा गरम करण्याच्या खटाटोपाला कमल लागली असती; पण तसं न होता मी कमलला प्रश्न विचारला,
"बेचाळीस बेचाळीस असं रॅश ड्रायव्हिंग करील असं वाटतं तुला?"

बेचाळीस बेचाळीस हा नंबर तसा आपोआपच लक्षात राहायला सोपा होता, सुटसुटीत होता. के.ई.एम. हॉस्पिटलमधून आम्ही त्या दिवशी बाहेर पडलो तेच मुळी रात्री साडेबार-पाऊणच्या सुमारास. म्हणजे शेवटची लोकल मिळण्याची आशा नसताना. त्यातून जरी मिळाली असती तरी रेल्वेने जाण्याची शक्तीच राह्यली नव्हती. टॅक्सी करायची याबद्दल मनाची तयारी झाली होती. आता फक्त

टॅक्सीवाल्याच्या मनाची तयारी आहे की नाही एवढाच प्रश्न होता.
एक तर कांजूर फार लांब. मध्ये एक रेल्वे फाटक. ते ओलांडून, कांजूरला दातार कॉलनीत जायचं म्हणजे एक दिव्यच होतं. दिवसा टॅक्सीवाले यायला तयार होत नाहीत. रात्री बारानंतर फारच मुश्कील. तेव्हा काय करावं असा विचार करीत आम्ही के.ई.एम.मधून बाहेर पडलो. कांजूरला लवकरात लवकर जाऊन पोहोचणं आवश्यक होत; पण तरीही प्रॉब्लेम संपूर्ण सुटणार नव्हता. दुसऱ्या दिवशी सकाळच्या गाडीनं पुण्याला जायचं होतं.
हॉस्पिटल कंपाउंडच्या बाहेर आलो.
पहिल्या दोनतीन टॅक्सीवाल्यांनी 'नकार' दिला. ते अपेक्षित होतं.
नव्या नव्या टॅक्सींना नव्या उमेदीनं हात करीत एकीकडे चालत चालत परळ जंक्शनपर्यंत आलो. 'ये बाजू नहीं आयेंगे, वो बाजू नहीं आयेंगे' हे ऐकून ऐकून मी आता वैतागलो होतो. मी कमलला म्हणालो,
"कमल, आता कुठं जायचंय ते अगोदर सांगायचं नाही. टॅक्सीला हात करायचा. सरळ दार उघडायचं. घुसायचं. पाठोपाठ तूही बस टॅक्सीत."
"तसं नको."
"का?"
"एखादा तिरसट भेटला, मारायला उठला, तर काय कराल?"
"ह्या भीतीपायीच इतरांचं फावतं."
"त्यानं सरळ टॅक्सी भलतीकडंच भरधाव सोडली तर?"
"तू माझ्या पाठोपाठ घुसणार की नाही, एवढं सांग."
—मी कमलवर डाफरलो. ती गप्प बसली.

समोरून एक टॅक्सी आली. मी हात केला. त्यानं वेग कमी करीत, टॅक्सी संपूर्ण न थांबवता आतूनच 'कहाँ जायेंगे?' –असं विचारलं. मी उत्तर दिलं नाही. टॅक्सीबरोबर चालत मी मागचं दार उघडलं. त्याबरोबर त्यानं एकदम टॅक्सी जोरात सुरू केली. थोड्या अंतरावर नेली. मागचं, मी उघडलेलं दार लावून घेत तो निघून गेला. "आता काय कराल?" –कमलनं विचारलं. तेही अगदी अशा टोनमध्ये की जणू काही ही ट्रिक तिनंच टॅक्सीवाल्याला सांगितली असावी.
मी न बोलता पुन्हा मागून येणाऱ्या टॅक्सीला हात केला.
टॅक्सी थांबते न थांबते तोच मी डुकरासारखी मुसंडी मारून आत घुसलो.
टॅक्सीवाल्यानं शांतपणे मीटर फिरवलं.
"कांजूर जानेका है।"

"ठीक है। कांजूर याने लेव्हल क्रॉसिंग के वो बाजू?"
"जी हाँ" – मी चढ्या आवाजात उत्तर दिलं.
काहीही न बोलता त्यानं टॅक्सी सुरू केली.
"टॅक्सी मिळाली. सुटलो."
"उद्या सकाळी काय करणार?"
"प्रश्नच आहे."
"अगदी सकाळची पहिली लोकल पकडलीत तर?"
"कांजूरला पोहोचेपर्यंत दीड-पावणेदोन होणार. झोप लागली तर पहाटे जाग यायला हवी की नको?"
"आता झोपायचंच नाही."
"दिवसभर किती थकलोय माहीत आहे ना?"
"मग दादरला उलटं जाण्यापेक्षा कल्याणला का जात नाही बसायला?"
"दादर स्टेशनवर सुखटणकर येणार आहेत. मी जर स्टेशनवर दिसलो नाही तर अर्धा जीव होईल त्या प्राण्याचा."
जरा वेळ आम्ही दोघं गप्प बसलो. टॅक्सी छान चालली होती. आवाज होत नव्हता. दरवाजे वाजत नव्हते. टॅक्सीवाला रसिक असावा. विंडस्क्रीनजवळ त्यानं पंधरा-वीस मोगऱ्याचे गजरे बांधले होते. टॅक्सी त्या वासानं दरवळून निघाली होती. मोगऱ्याचे ते गजरे पाहून मला आठवण झाली. मी म्हणालो,
"विठाकाकींच्या कॉटजवळच्या खिडकीला मी अखेर असेच गजरे बांधून ठेवणार होतो."
"काकींना गजरे अतिशय आवडतात, आता शुद्ध कुठाय तिला?"
"तिच्यासाठी नाही; पण तिथं मुक्काम करणाऱ्याला प्रसन्न वाटलं असतं की नाही?– आपण हॉस्पिटलमध्ये आहोत त्याचं थोडा काळ नक्कीच विस्मरण होतं. लक्षात ठेवून मी गजरे विसरलो."
"असं काय करता? संध्याकाळपासून काय धावाधाव केलीत तुम्ही? मला आता तुमचीच काळजी लागून राहिली आहे. त्यात उद्या प्रवास. तुम्हाला काही होऊ नये म्हणजे मिळवली."
"I am perfectly alright. उद्या पहाटे अशीच जर हुकमी टॅक्सी मिळाली तर मजा होईल."
"आत्ता मिळाली हेच नशीब समजा."
तेवढ्यात टॅक्सीचा वेग कमी झाला. रस्त्याचा मध्य सोडून टॅक्सी फूटपाथकडे वळली.
"क्या हुआ?"

"कुछ नहीं, जरा पान खाके आता हूँ।"
टॅक्सीवाला खाली उतरला. वळसा घेऊन तो फूटपाथच्या बाजूला आला. बाहेरूनच त्याने मला विचारलं,
"आप पान खायेंगे?"
मी 'हो' म्हणणार तोच कमलनं मला चिमटा घेतला.
मी नकार दिला.
टॅक्सीवाला दूर जाताच कमल म्हणाली,
"तुमची कमाल झाली अगदी."
"काय झालं?"
"त्या परक्या माणसाकडून पान घेताय?– साधा टॅक्सीवाला. तोही आपल्या जातीचा नाही."
"कशावरून?"
"त्याच्या हिंदी उच्चारावरूनच समजतं. ती माणसं निराळीच दिसतात. चालतोय कसा बघा."
"पान खायला काय हरकत आहे?"
"पानात त्यानं काही गुंगीचं औषध वगैरे टाकलं आणि मला तो कुठच्या कुठं घेऊन गेला तर?"
"आमच्या मनात असं काही येत नाही."
"म्हणूनच बायको नेहमी बरोबर असावी. तरी बरं, पेपरात नेहमी असल्या बातम्या वाचतो आपण."
"गुंगीच्या पुड्या टॅक्सीवाले काय खिशात बाळगून असतात काय?"
"हे पाहा, तुम्ही काहीतरी फाटे फोडू नका. पानवाल्याची आणि टॅक्सीवाल्याची एकमेकात ओळख नसेल काय?"
मी उत्तर दिलं नाही. कारण तेवढ्यात सारथी परतला होता.
कांजूर लेव्हल क्रॉसिंगजवळ टॅक्सी उभी राह्यली. फाटक बंद होतं. खिडकीतून हात बाहेर काढीत टॅक्सीवाला ओरडला,
"ए पगले, गेट खोल जल्दी."
केबिनमधला माणूस धावत आला. दोघांनी शेकहॅण्ड केला. दोन सेकंदात फाटक उघडलं गेलं.
दातार कॉलनीत अगदी घरापर्यंत त्यानं टॅक्सी नेली. पैसे देऊन आम्ही घरात आलो.

पहाटे उठून कुठं गावाला जायचं म्हटलं की स्वप्नावर स्वप्नं पडायचीच. त्या स्वप्नांचं स्वरूप पण ठरलेलं. घड्याळाचा गजरच झालेला नाही. स्टेशनवर

जावं तर गाडी चुकलेली आहे, बॉंबे सेंट्रलऐवजी बोरीबंदरला पोहोचलो आहोत... वगैरे वगैरे, काय वाट्टेल ते.
तशीच स्वप्नं मला रात्रभर पडून मी वैतागलो. असल्या स्वप्नांची जिरवण्याचा एकच मार्ग होता, तो म्हणजे न झोपणं.
पांघरूण फेकून दिलं. गॅलरीत आलो. समोर पाह्यलं आणि नजरेवर विश्वास बसेना...
पुन्हा स्वप्न सुरू झालं की काय एखादं, असं वाटलं.
समोर एक टॅक्सी उभी होती.
मग मी गॅलरीतला दिवा लावला.
ती टॅक्सीच होती. मोगऱ्याच्या गजऱ्यांचा झुपका स्पष्ट दिसला. ही कालचीच टॅक्सी असेल काय?– चाहूल लागल्यानं कमलही जागी झाली. गॅलरीत आली.
''कमल, ही कालचीच टॅक्सी. मी खाली जाऊन बघतो. कदाचित नंतर ती बंद पडली असेल.'' टॉर्च घेऊन मी खाली आलो. एका बाजूचा दरवाजा उघडा ठेवून टॅक्सी–ड्रायव्हर झोपला होता. त्या दरवाजातून त्याचे पाय बाहेर आले होते. खिडकीतून हात घालून त्याच्या खांद्याला मी थोपटल्यासारखं केलं. डोळे किलकिले करीत त्यानं शुद्ध मराठीत विचारलं,
''कोण आहे?''
''मी.'' काहीच अर्थ नसलेलं उत्तर मी दिलं.
''दादरला चलायचं काय?''
–टॅक्सीतून बाहेर येत त्यानं विचारलं.
''म्हणजे...''
''पुण्याला जायचंय ना?''
''तुम्हाला...
''मी ऐकलं सगळं. किती वाजले?''
प्रश्न विचारताच त्यानं घड्याळ पाह्यलं आणि तो म्हणाला,
''अजून एक तास तुम्ही झोप काढू शकाल. मी थांबतोय.''
मला काय म्हणावं काही कळेना.
''मी नक्की थांबतो.'' तो पुन्हा म्हणाला.
''मग तुम्हीही झोप काढा एक, वर येऊन. टॅक्सीत झोपू नका.''
थोडे आढेवेढे घेत तो वर आला.
''आता जरा कंफर्टेबली पडा. टॅक्सीत निजून अंग अवघडलं असेल.''
''त्याची सवय झाली आहे. मी जरा तोंड धुवून घेतो.''

''अवश्य.''

तोंड धुवायला तो मोरीत गेल्यावर कमलनं विचारलं,

''हा काय प्रकार आहे?''

''तो मुद्दाम आपल्यासाठी थांबला असावा. भला माणूस आहे.''

''भला कसला? पक्का बिझिनेसवाला असणार.''

''कसा?''

''एवढ्या रात्री कांजूरहून रिकामी टॅक्सी न्यायची त्याऐवजी थांबलेलं बरं. झोप मिळाली. दादरपर्यंत भाडं मिळालं.''

''आपली सोय झाली की नाही?''

तेवढ्यात तोंड धुवून तो बाहेर आला. त्यानं कमलला नमस्कार केला. आम्ही बाहेर पडलो. त्याच्यासाठी मी कॉट तयार करू लागलो. तो म्हणाला,

''मी आता झोपत नाही. वाचत बसतो.''

''काय वाचणार?''

''शिदोरी बरोबर असते नेहमी.''

असं म्हणत त्यानं पिशवीतून 'कोसला' कादंबरी बाहेर काढली.

''वाचलीत का?''–

''वाचली.''

''कशी वाटली?''

''तुमची कुठपर्यंत झालीय?''

''निम्मी. हातातून सोडवत नाही.''

–शेकहॅण्डसाठी हात पुढे करीत मी म्हणालो, ''कोसला ज्याला आवडेल तो आपला फ्रेंड, असं मी मागंच ठरवलंय.''

तेवढ्यात कमल बाहेरच्या खोलीत आली. आमचे हातात हात आणि कोसला पुस्तक पाहिल्यावर ती हसत म्हणाली,

''आलं लक्षात. आता बसा. मी आणते चहा करून. आता तुम्ही नक्की झोपत नाही.''

''करेक्ट.'' मी म्हणालो. नंतर त्याच्याकडे पाहत मी विचारलं,

''आपण चहा पितो ह्याचं कारण...''

''त्याचा मऊ तांबूस-गुलाबी रंग. चहाचा रंग जांभळा असता तर आपण काय प्यायलो असतो?''

–त्यानं वाक्य पुरं केलं.

कादंबरीतली ती खूण पटली.

''मला आता आपलं नाव सांगा.''

"आमचं नाव, आमच्या टॅक्सीनंबरवरच कोरलेलं आहे. बी.एम.पी. बी फॉर बबन, एम फॉर मार्तंडराव, पी परांजपे."

"आणि नंबर?"

"बेचाळीस बेचाळीस."

"त्यात काही लपलेलं नाही ना?"

"म्हटलं तर नाही, म्हटलं तर आहे."

"काय आहे सांगून टाका आता."

"बेचाळीसचा स्वातंत्र्यलढा."

"अरे वा, बहोत अच्छा. तुम्हाला आम्ही काय हाक मारायचं ते सांगा."

"वाटल्यास बी.एम.पी. किंवा बेचाळीस बेचाळीस."

आम्ही मनसोक्त हसलो.

टॅक्सीत बसल्यावर त्यानं विचारलं,

"दादर स्टेशन ना?"

"हो."

तेवढ्यात तो उतरला.

"काय झालं?"

"मीटर फिरवायचं राह्यलं ना."

मीटर फिरवून त्यानं पुन्हा टॅक्सी सुरू केली. कमलनं तेवढ्या अवधीत पुन्हा मला चिमटा घेतला. तासभर मस्तपैकी गप्पा, खाणं, चहा झाल्यावर, बेचाळीस बेचाळीसनं मला तसंच दादरला सोडावं, ही तिची अपेक्षा होती. मला मात्र तो प्राणी आवडला होता.

मी म्हणालो,

"काल तुम्ही जर परळच्या बाजूला आला नसतात तर आपला परिचय झाला नसता."

"मी नेहमी हॉस्पिटलजवळ येऊन उभा राहतो."

"नेहमी?"

"हो. जे.जे. हॉस्पिटल, जी.टी., शीव किंवा के.ई.एम. त्यातल्या त्यात के.ई.एम.ला जास्त असतो."

"काही खास हेतू?"

"अर्थातच."

"काय?"

"हॉस्पिटलमध्ये जाणारा माणूस हा जास्तीतजास्त गरजू असतो. तो फार चिंताग्रस्त असतो. वाहनाची गरज जास्तीतजास्त अशा माणसाला असते.

कुणी पेशंट असतो, तर कुणी पेशंटला भेटायला निघालेला असतो. वेळेवर वाहन कसं मिळेल इथपासून त्याच्या चिंतेला प्रारंभ झालेला असतो. त्याच्या इतर काळज्या आपण दूर नाही करू शकत. कमीतकमी वाहनाची काळजी सोडवू शकतो. म्हणून मी नेहमी हॉस्पिटलपाशी उभा असतो. दुसरं तत्त्व असं, की 'वो बाजू नहीं आयेंगे' – असं कधीही म्हणायचं नाही.'' त्यानं हा खुलासा करताच मी म्हणालो,

''कालचीच गोष्ट घ्या. कितीतरी टॅक्सीवाले दाद न देता निघून गेले. मी मग जबरदस्तीनं घुसायचं असं ठरवलं आणि नेमके तुम्ही भेटलात. प्रयोग भलत्याच माणसावर केला गेला असं मला मघापासून वाटतंय.''

''काल आमचे ते झडप घालून घुसणं तुम्हांला चमत्कारिक वाटलं असेल!'' कमलनं इंटरेस्ट घेत विचारलं.

''मुळीच नाही. पॅसेंजर ज्या पद्धतीनं टॅक्सीत बसतो त्या पद्धतीवरून मी ओळखतो की आपण त्या जागी पोहोचेपर्यंत किती टॅक्सीवाले बेपर्वाईनं निघून गेले आहेत ते.''

''काय सांगता काय?''

''वहिनी, हा समोर जो आरसा आहे ना, त्यात फक्त मागून येणाऱ्या मोटारी बघायच्या नसतात. तर पॅसेंजरचे चेहरे, भाव हेही पाहायचे असतात. मोटारीचा प्रत्येक भाग बोलतो आमच्याशी.''

''कसा काय?''

''आरसा पॅसेंजरची मन:स्थिती सांगतो. दरवाजा लावताना होणाऱ्या आवाजावरून संस्कृती समजते. मीटरकडे नजर ठेवणाऱ्या पॅसेंजरची आर्थिक कुवत समजते. त्याच्या बसण्याच्या पद्धतीवरून तो टॅक्सीत नेहमी बसणारा आहे की नाही ते कळतं. आणखी काय काय सांगू?''

–आम्ही गप्प होतो.

''के.ई.एम.मध्ये कोण आजारी आहे?''

''आमच्या शेजारच्या विठाकाकी.''

''तुम्हांला आज पुण्याला जायचं होतं तर काल रात्री तुम्ही इतका वेळ का थांबलात?''

''इलाजच नव्हता. विठाकाकींचा मुलगा काल बडोद्याला गेला. दुसरा मुलगा असतो पुण्याला. संध्याकाळी कामावरून परतलो तर त्या बाईला चकरा यायला लागलेल्या. घाटकोपरच्या डॉक्टरांकडे त्यांना नेलं तर डॉक्टर कोणत्या तरी सेमिनारला गेलेले. विचार करायला सवडच नव्हती. दादरला आमचे डॉ. इंगळे म्हणून दोस्त आहेत. लाख माणूस. त्यांच्याकडे गेलो.

त्यांनी ताबडतोब ॲडमिट करायला सांगितलं. मग तिथून के.ई.एम. डॉ. इंगळ्यांकडूनच पुण्याला फोन केला विठाकाकींच्या मुलाला. तोही डॉक्टरच आहे. आयुर्वेदिक. तो स्वत:च्या मोटारनं आला. वाटेत त्याच्या गाडीनं त्याला रखडवलं. तो आला तेव्हा सुटका झाली आमची.''

''तुमची आमची ओळख व्हायची होती.''

''करेक्ट.''

दादर स्टेशनवर मी अगदी वेळेवर पोहोचलो. मीटरप्रमाणे मी पैसे दिले. त्यानंही ते घेतले. तो पैसा घेणार होता म्हणून तर त्यानं आठवणीनं मीटर फिरवलं होतं.

''मी आता प्लॅटफॉर्मवर येत नाही. अशीच जाते के.ई.एम. वर–''

कमल म्हणाली.

''चालेल.''

''मग बसा, मी आता तिकडेच निघालोय.''

दुसऱ्याच दिवशी मी परतलो. विठाकाकींची अगोदर चौकशी केली. प्रकृतीत सुधारणा आहे म्हटल्यावर बरं वाटलं.

आमच्या रिवाजानुसार गाडीत पाऊल ठेवल्यापासून पुन्हा घरात पाऊल ठेवेपर्यंतचा सगळा तपशील मी कमलला ऐकवला.

''बेचाळीस बेचाळीसनं मला काल के.ई.एम. वर सोडलं. पैसे घेतले नाहीत. म्हणाला, 'झक्कपैकी पाहुणचार केलात. पैसे भावाकडूनच लाटायचे असतात. वहिनीकडून नाही.' ''

''वा, येऊ दे पुन्हा. भांडतोच त्याच्याशी.''

''त्याशिवाय गजऱ्याचा झुपकाच त्यानं मला बहाल केला. विठाकाकींच्या कॉटजवळ लावा म्हणाला.''

''टॅक्सीतलं सगळं बोलणं त्यानं ऐकलं होतं म्हणायचं.''

''टॅक्सीवाले असतातच बेरकी.'' कमलनं शेरा मारला.

त्यानंतर बेचाळीस बेचाळीस मित्रच झाला.

गाठीभेटी अशा मोजक्याच व्हायच्या, पण प्रत्येक भेटीत तो निराळा वाटला. ऑफिस सुटल्यावर एकदा, रस्ता क्रॉस करताना एक मोटार सरळ अंगावर आली. माझ्याबरोबरचा माझा लोकलमेट– मी आता मोटारीखाली सापडलोच ह्या भीतीनं ओरडला. मी फूटपाथकडं पळत सुटलो तर मोटारही पाठोपाठ त्या दिशेनं आली. लोक ओरडले. मीही टरकलो होतो.

नंतर पाहतो तो आपला बेचाळीस बेचाळीस. आम्ही जेव्हा एकमेकांना

शेकहॅण्डस् केले तेव्हा बघे लोकांचा गैरसमज दूर झाला.

''अभी चलो हमारे साथ.''

''चलो.''

त्याच्याबरोबर मी त्याच्याच शेजारी बसलो.

क्रॉफर्ड मार्केटवरून आम्ही धोबीतलावाकडे वळलो. टॅक्सी जी.टी. हॉस्पिटलसमोर आली आणि कुणीतरी हात केला. टॅक्सी थांबली.

एका लंगडणाऱ्या म्हाताऱ्याला घेऊन एक पोरगेलेसा पुरुष टॅक्सीत बसला. टॅक्सीवाल्याच्याच व्यवसायातला असल्याप्रमाणे मी बाहेर हात काढून मीटर फिरवलं. टॅक्सी सुरू करता करताच आमच्या दोस्तानं विचारलं,

''काय बाबा, पायाला काय करून घेतलंत?''

''काही पत्ता लागत नाही बाबा.''

''गाव कोणचं?''

''सातारा.''

''काय करता?''

''दुकान आहे.''

''इथं कुठं उतरला?''

''चिंचपोकळीला.''

''डॉक्टर काय म्हणतात?''

''लाईट चालू आहे.''–

हे त्या मुलाचं उत्तर.

''आराम वाटतो का?''

''मुळीच नाही.''

''एक उपाय सांगू का?''

''सांग बाबा. कज्जाकोर्ट आणि दवापाणी ह्यात सगळ्यांचं ऐकावं म्हणतात.''

''तुम्हाला एका वैद्याकडे नेतो. गुण आला तर पैसे द्या. चालेल?''

–दुखण्यापायी टेकीला आलेला म्हातारा 'चालेल' म्हणाला.

चर्नी रोडपर्यंत आलेली टॅक्सी बी.एम.पी.नं उलटी वळवली.

''इकडं कुठं?''

''वैद्याकडं?''

''आत्ता नको.''

–तो मुलगा मीटरवरच्या आकड्याकडे पाहत म्हणाला.

बी.एम.पी.नं त्याचं ऐकलं नाही.

चर्नी रोडपासून आम्ही पुन्हा जी.टी. हॉस्पिटलसमोरच्या गल्लीपर्यंत आलो. तिथून

आत वळलो. दोनतीनदा डावीउजवीकडे वळलो. हा विभाग मलाही परका वाटला. त्यानंतर वैद्यबुवांची गाठ घालून देणं वगैरे इतर काम तर त्यानं केलंच, त्याशिवाय चिंचपोकळीला त्या दोघांना सोडल्यावर त्यानं मीटरवरच्या आकड्यापेक्षा तीन रुपये कमी घेतले.

त्या मुलानं मीटरमध्ये वारंवार डोकावून पाह्यलं.

बी.एम.पी.नं खुलासा केला.

''चर्नी रोडपासून वैद्यांच्या घरापर्यंतचं भाडं मी घेतलेलं नाही.''

''का?''

''तुम्हाला तिकडं मी नेलं होतं.''

म्हाताऱ्यानं भारावून हात जोडले.

''लवकर बरे व्हा आणि मला कळवा, गुण आला तर.''

''हो,'' म्हातारा म्हणाला.

''कुठं कळवायचं?'' पोरानं विचारलं.

–बी.एम.पी.नं ऐटीत व्हिजिटिंग कार्ड काढून दिलं.

''बघा कार्ड.''

–त्यानं मलाही एक कार्ड दिलं.

''तुम्ही कार्ड वगैरे छापली आहेत हे माहीत नव्हतं.''

''कार्ड फक्त प्राध्यापकांनी किंवा बिझिनेसवाल्यांनीच छापावीत काय?''

''नाही, तसं नाही.''

''थोडंसं तसंच आहे. कोणत्या व्यवसायाच्या माणसानं कसं राहावं, कुठले कपडे घालावेत, ह्याबाबत आपण काही आडाखे पक्के बांधून टाकतो.''

''कसे काय?''

''सत्यनारायणाची पूजा सांगायला येणारा भटजी, संपूर्ण सूट घालून आला तर चालेल?''

''काय हरकत आहे?''

''हरकतीचा प्रश्नच नाही. भटजीचं उदाहरण सोडाच. उद्या मीच जर ड्रायव्हिंग करताना, झक्कपैकी टाय लावून आलो तर काय वाटेल?''

कल्पनेनं दोन्ही दृश्यं उभी करीत मी म्हणालो, ''यू आर राइट.''

''तसंच कार्डस्चं. व्हिजिटिंग कार्ड छापणाऱ्या माणसाच्या नावाखाली पदवीची शेपटी हवी. नावाखाली बारीक अक्षरात एम.बी.बी.एस., एम.डी., एफ. आर.सी.एस., एम.कॉम., ॲडव्होकेट... असं काहीतरी प्रचंड हवं, तर कार्ड छापण्यात मजा. ॲम आय राइट?'' त्यानं अस्खलितपणे विचारलं.

''जनाब ऐसा देखो मत. मीदेखील ग्रॅज्युएट आहे. एम.ए.च्या टर्म्सस् पण

भरल्या होत्या. एम.ए. विथ मराठी व्हायचं असं एक स्वप्न होतं.''
''मग?''
''कॉलेजात पण त्याप्रमाणे गेलो. पण...''
''काय झालं?''
''प्राध्यापक, टीकाकार, व्यासंगी, पंडित, पत्रकार–ह्या सगळ्यांबद्दल एकाएकी काही निराळंच वाटू लागलं.''
''काय वाटलं?''
''ह्या सगळ्यांची ग्रुपबाजी आहे. त्यांचे प्रत्येकाचे काही आवडते लेखक आहेत. काहींना हे अकारण पाण्यात पाहतात. काहींना ते लेखक मानीत नाहीत. एखाद्याला कंडम केलं की केलं. मला भीती वाटू लागली की आपल्या डोळ्यांवरदेखील असाच एखादा चष्मा चढायचा आणि मराठी साहित्याचा निखळ आनंद उपभोगता यायचा नाही. मग कॉलेजला रामराम ठोकला. भटकण्याची अतीव हौस म्हणून टॅक्सी व्यवसाय सुरू केला. वाचन आणि प्रवास हे दोन छंद. वाङ्मयात व्यक्ती - माणसं ह्यांना भेटायचं आणि प्रत्यक्षात तशा व्यक्ती दिसतात का ह्याचा एरवी शोध घ्यायचा. हाऊ डू यू थिंक अबाऊट धिस आयडिया?''
–मी खरं तर गुंग झालो होतो. काहीच उत्तर न देता मी त्याच्या पाठीवर कौतुकानं थोपटल्यासारखं केलं.
त्याला उमेद वाटली.
तो पुढे म्हणाला,
''एवढ्यासाठीच मी नेहमी हॉस्पिटलजवळ टॅक्सी उभी करणं पसंत करतो. त्यातला एक उद्देश मी मागे तुमच्याजवळ बोललो होतो.''
''हो. मला आठवतं.''
''माझं पत्त्याचं कार्डसुद्धा मी ज्याला त्याला देत सुटत नाही. फक्त आजारी माणसालाच जर गरज असेल तर तेवढ्यासाठीच कार्ड वापरतो. हॉस्पिटलजवळ माझा वेळ चांगला जातो.''
''कसा?''
''हॉस्पिटल म्हटलं की लोकांच्या अंगावर काटा येतो. हॉस्पिटलचा संबंध किंवा नातं आपण मृत्यूशीच जवळचं मानतो. त्या शब्दाची असोसिएशन आपण कायम मरणाबरोबर जोडलेली आहे. मला हॉस्पिटलचा संबंध जीवनाशी जास्त जवळचा वाटतो. मरणाच्या खाईतूनच माणसाला खेचून आणणारी ती वास्तू मला नेहमी आकर्षक वाटत आली आहे. आजारी माणसाची सेवा करणारी प्रत्येक व्यक्ती मला देवासमान वाटते. इन्क्ल्यूडिंग स्वीपर्स.''

त्यानंतरच्या काळात बी.एम.पी. अनेकदा भेटला. आम्हा दोघांना एकदम भेटला. कमलला व मला एकेकट्याला भेटला.
प्रत्येक भेटीत तो जास्त जास्त जवळ आला. प्रत्येक उतारूशी तो असंच गोड बोलायचा. सुट्या पैशांवरून कधीही अडवणूक न करणारा एकमेव टॅक्सीवाला, बेचाळीस बेचाळीसच असं म्हणायला हरकत नव्हती.
टॅक्सीत मोगऱ्याचे गजरे बांधणारा, ते उतारूंना वाटणारा, टॅक्सीत वेळप्रसंगी ॲनासिन, ॲस्प्रो ठेवणारा– तेही उतारूंसाठी– किती सांगावं?
असा माणूस एखादा ऑफिसर असायला हवा होता, असं मी केव्हातरी म्हणालो. तो त्यावर शांतपणानं म्हणाला,
''टॅक्सीचा व्यवसाय आपोआप वर नाही यायचा भय्या. माझ्यासारखी असंख्य माणसं इथं घुसायला हवीत. प्रत्येक व्यवसायात बिलंदर, स्वार्थी, लाचखाऊ, समाजद्रोही माणसं असतात. वकील, डॉक्टर, सरकारी ऑफिसर्स– एव्हरीव्हेअर तशीच ती आमच्यातही आहेत. प्रत्येक व्यवसायात गुणी माणसंही आहेत. तशी ह्याही व्यवसायात आहेत. चांगुलपणाचं प्रमाण कमी आढळत असलं तरीही ज्या अर्थी जगाचा व्यवहार अद्यापि चाललेला आहे, त्या अर्थी जगात चांगली माणसं जास्त आहेत, ह्या विचारावर श्रद्धा असलेला मी एक मामुली टॅक्सी–ड्रायव्हर आहे. चौदा हजारांपैकी एक.''

अपघाताची बातमी वाचली, मन थरकून गेलं. आम्ही भेटायला निघालो. ज्या के.ई.एम. हॉस्पिटलसमोर तो नेहमी उभा असायचा, इतर पेशंटसाठी. त्याच इस्पितळात आता त्याला ॲडमिट करण्यात आलं होतं.
सगळे वॉर्डस् पालथे घातले. पत्ता लागला नाही.
आम्ही मग बी.एम.पी.च्या घरी गेलो. धडधडत्या अंत:करणानं दार ठोठावलं. दार उघडलं गेलं आणि नजरेवर विश्वास बसेना.
बी.एम.पी.बेचाळीस बेचाळीस दारात उभा.
''या. पेपर वाचून आलात ना?''
''हो, काय प्रकार आहे? प्रकृती...''
''कशी दिसते?''
''म्हणूनच विचारलं.''
''एक ओरखडाही गेला नाही कुठे.''
''भाग्यवान आहात.''
''नक्कीच.''

"पण असा ॲक्सिडेंट झालाच कसा?"
"काहीच कल्पना नाही."
"म्हणजे?"
"गाडी घेऊन मेकॅनिक गेला होता."
"अस्सं?"
"सर्व्हिसिंगला दिलेली गाडी. सर्व्हिसिंगनंतर ट्रायलसाठी टॅक्सी बाहेर काढली ती आपोझिट ट्रॅफिकलाइनमध्ये घुसली."
"मेकॅनिकला फार लागलंय का?"
"मेकॅनिक कालच वारला, हॉस्पिटलमध्ये."
जरा वेळ आम्ही गप्प राहिलो. पहिलं टेन्शन आता उरलं नव्हतं.
"तुम्हाला प्रत्यक्ष बघेपर्यंत लक्ष लागत नव्हतं."
"म्हणून तेवढ्यासाठी आत्ता भांडूपपासून इथवर आलात?"
"त्यात विशेष काय केलं?"
"जगात चांगल्या माणसांची संख्या जास्त आहे, असं मी म्हणतो ते तुम्हाला पटत नाही."
"तेवढं नाही पटत."
"मग आता हे पाहा." –असं म्हणत बी.एम.पी. नं ड्रॉवरमधून काही पत्रं काढली.
"हे काय?"
"मला ॲक्सिडेंट झाल्यानंतर आलेली पत्रं."
"मी बातमी तर आज वाचली." –पत्रं हातात घेत मी म्हणालो.
"महाराष्ट्र टाइम्सला आज आली बातमी. संध्याकाळमध्ये त्याच दिवशी आली होती. सांज मराठामध्ये पण होती. दोन दिवसांपूर्वी नवशक्ती, लोकसत्तेत आली. टाइम्सला उशिरा आली."
"ही सगळी पत्रं..."
"माझे पॅसेंजर्स. त्यांचं हे प्रेम. एका टॅक्सीवाल्यावर. चौदा हजारांपैकी मी एक आणि ही माझी कमाई. 'नव्या टॅक्सीसाठी पैसेसुद्धा देतो' –अशा मजकुराची पत्रंही आहेत त्यात. आणखी निराळं काय हवं?"
–आम्ही गप्प होतो.
उत्तरच नव्हतं.

♦

मुखवटे

२

'सचमुच मैं तुमसे प्यार करती हूँ!'

–हे वाक्य जवळजवळ एकतीस वेळा म्हणून झाल्यावर अखेरीस त्याचं ध्वनिमुद्रण झालं. नायिका नायकावर 'प्यार' करून करून दमली. नायिकेपेक्षा मोठा सुस्कारा टाकून मी 'ओ.के.' सांगितलं व बूथच्या बाहेर आलो. 'प्यार', 'प्यार' ऐकून मी वैतागलो होतो. मी सरळ फाटकाशेजारच्या चौकीपाशी जाऊन माझी नेहमीची जागा पटकावली. एखादी सिगारेट ओढावी म्हणून मी खिशातून डबी बाहेर काढली. तोच माझ्या पुढ्यात एक टॅक्सी येऊन उभी राहिली. त्यातून एक झकपक पेहराव केलेली मुलगी उतरली. सिगारेट पेटवायची सोडून मी ती घाईघाईनं परत डबीत ठेवली व डबी खिशात टाकली.

त्या मुलीचं वर्णन काय करावं? व्यवसाय साऊंड-रेकॉर्डिस्टचा पडल्यामुळं आमचा संबंध आवाजाशी. सौंदर्य व शरीरसौष्ठव हे विषय जरी कॅमेरामनचे असले, तरीसुद्धा चारचौघांपेक्षा ही निराळीच आहे हे माझ्या लक्षात आल्यावाचून राहिलं नाही.

टॅक्सीचं भाडं चुकतं करून मंद मंद पावलं टाकीत ती माझ्याकडे आली.

"कोण पाहिजे आपल्याला?"

"डायरेक्टरांना भेटायचंय!" तिचा आवाज मंजूळ होता.

"तुम्हाला थांबावं लागेल. आत्ताच शूटिंग संपलंय!"

"किती वेळ लागेल?"

"अर्धा-पाऊण तास थांबावं लागेल. शूटिंग झाल्यावर ताबडतोब कुणालाही भेटण्याच्या 'मूड'मध्ये ते नसतात."

ती जरा विचारात पडली.

"आपली हरकत नसेल तर आपण माझ्या खोलीत चलावं!"

"चला की! त्यात हरकत काय असायची आहे!" अगदी सहजपणे ती म्हणाली आणि ती मनमोकळी असावी, असा अंदाज मी बांधला.

आम्ही उभयता खोलीकडे जाऊ लागलो. तोच समोरून मेकअप केलेला अनिलकुमार आला. एकदा माझ्याकडे व एकदा त्या नवागतेकडे पाहून त्यानं हलकेच शीळ वाजवून डोळा मारला. मी गालातल्या गालांत हसून त्याला प्रत्युत्तर केलं. त्याची पाठ वळल्यावर मी तिच्याकडे पाहिलं. तिच्या नजरेतून आमच्या हालचाली सुटल्या नसल्याचं तिच्या चेहऱ्यावरून मी ओळखलं. खोलीत पाऊल टाकताच तिनं विचारलं,

"कोण होता हो तो?"

"तुम्हाला माहीत नाही? तो अनिलकुमार. नेहमी व्हिलनचं काम करतो."

"व्हिलनच दिसतोय. टारगट!"

मला हसू आलं.

"हसलातसे?"

"तुमच्या मतप्रदर्शनाची मला गंमत वाटली. अगदी जाता जाता तुम्ही सहज 'टारगट' म्हणालात."

"अर्थात. जितक्या सहजतेने त्यानं तुम्हाला डोळा मारला तितकीच सहजता माझ्याही जवळ आहे. पण तुम्ही हसलात का? तुमच्या हसण्याचा अर्थ निराळा वाटतो."

"तुमचं Observation चांगलं आहे. मी का हसलो हे जर तुम्हाला सांगितलं तर आवडणार नाही."

"आवडेल. मला स्पष्टवक्तेपणा आवडतो."

"असं? मग ऐका. हाच अनिलकुमार तुम्हाला आणखी काही दिवसांनी आवडू लागेल. त्यानं मग शीळ वाजवली नाही तरच तुम्हाला राग येईल."

"म्हणजे काय?"

"पाहा. तुमचा आवाज चढला! तुम्हाला राग आला; पण मी म्हणतो ते अक्षरशः खरं आहे. सिनेमात काम करायला येणाऱ्या प्रत्येक मुलीला सुरुवातीला असाच राग आलेला आहे."

"मी सिनेमात काम करायला आले हे तुम्हाला सांगितलं कुणी?"

"Sound-recordist म्हणून ज्या माणसानं गेली चौदा वर्षं ह्या धंद्यात घालवली आहेत त्याला माहितीची गरज नाही. चालण्यावरून जात नि हावभावावरून उद्देश आमच्या लक्षात येतात."

"अय्या! तुम्ही इथं काय करता हेही मी तुम्हाला विचारलं नाही. खरंच, तुम्ही काय करता हो इथं?"

"देवडीवर बसून राहतो."
"असं काय? सांगा ना काय करता ते? मी काहीच विचारलं नाही तुम्हाला!"
"अहो, अनिलकुमारसारखा विषय मिळाल्यावर आम्हाला कोण विचारतं?"
"नाही हं, मी त्यातली नाही. वाजवीपेक्षा कोणाला मी..."
पुन्हा मी हसलो. तिच्यासमोर आसन ठोकीत म्हणालो, "सिनेमा कंपनीत नोकरी मिळाली की दहा दिवसांनी आपल्याकडे पाहून कुणी शिट्टी मारली तर काही वाटेनासं होतं. बावीस दिवसांनी एखाद्याचा धक्का लागला तर विशेष काही बिघडलं असं वाटत नाही, नि दीड महिन्यानं डायरेक्टर, हिरो किंवा व्हिलन यांनी 'लिफ्ट' दिली नाही तर राग येतो."
"मला नाही खरं वाटत. सगळ्या मुली अशा नसतात."
"नसाव्यात अशी इच्छा आहे माझी; पण ती फोल ठरली आहे. गेल्या चौदा वर्षांत दर दोन महिन्याला एक या हिशेबानं चौऱ्याऐंशी मुली ह्या कंपनीत हिरॉईनचं काम मिळावं ह्या अपेक्षेनं आल्या, एकीनं तरी माझी अपेक्षा पुरी करावी? पण छे, नाव कशाला? हे जे दहा दिवस, बावीस दिवस, दीड महिना ह्याचं कोष्टक बसलंय ते उगीच नाही. हे वाईट आहे असं मला म्हणायचं नाही. हा वैयक्तिक प्रश्न आहे ज्याचा-त्याचा. तरीसुद्धा हे अटळ आहे. रात्री दहा वाजता शूटिंग संपल्यावर एकट्यादुकट्या बाईला कंपनीतून, टॅक्सीतून किंवा कंपनीच्या सर्वसामान्य नोकरांसाठी असलेल्या गाडीतून जायला, थोडंच सांगायचं? तेव्हा राह्यला हिरो किंवा डायरेक्टर! तेव्हा हे मुळी अटळच आहे, यातूनच पुढे सवय निर्माण होते."
काही वेळ ती गप्प बसली, नंतर शांतपणे म्हणाली, "कलेची सेवा करायला मिळावी या एकाच उद्देशानं मी इथं आले आहे."
"सांगायचं विसरलोच. ह्या चौऱ्याऐंशी मुलींत एक मुलगीसुद्धा केवळ धंद्याची दृष्टी ठेवून इथं आली नव्हती. कलेचा उच्च आदर्शच प्रत्येकीच्या समोर होता. पण कलेचा आदर्श घेऊन आल्या अन् धंद्याचा दृष्टिकोन घेऊन बाहेर पडल्या."
"वा, वा, असं कसं होईल?" थोडीशी इरेला पेटून ती नवागता म्हणाली. मलाही मग हुरूप आला.
"हे असंच होणार. त्याला कारणही आहे. जगाचा व्यवहार आणि इथला व्यवहार यांत जमीन-अस्मानाचा फरक आहे. प्रत्येक बाबतीत साधी प्रेमाचीच गोष्ट घ्या. बाहेरच्या जगात तुम्ही प्रेमात पडलात तर एकांत शोधायला लागता. इथं उलटा प्रकार आहे. नायक-नायिका एकांतात आहेत असं प्रेक्षकांना वाटत असतं, पण शूटिंगच्या वेळी कमीतकमी पन्नास-साठ माणसं तुमचा नकली प्रणय पाहत असतात. त्यांच्यासमोरच प्रेम करावं लागतं. जमेल तुम्हाला?

आमची सिनेमातली भाषा समजायची नाही तुम्हाला, तरी उदाहरण म्हणून सांगतो. बाहेर रस्त्यावरून मोटारी पळतात, रस्ता स्थिर असतो. इथं मोटार स्थिर असते नि रस्ता त्याच्याखालून पळत असतो. त्या प्रकाराला आम्ही Back Projection म्हणतो. एकंदरीत सगळा कारभारच उलटा. आजपर्यंत न पाहिलेल्या माणसाला प्रेमानं नि आवेगानं मिठ्या मारायच्या, मनाविरुद्ध एखाद्याचा द्वेष करायचा, कपडे बदलतो त्याप्रमाणे चेहरे बदलायचे, मुखवटे घालायचे. त्याला आम्ही कातडी मानायची. आम्ही अभिनय म्हणायचा, तुम्ही कला म्हणायची. कसली कला नि कसला ध्येयवाद!''

ती पुन्हा बुचकळ्यात पडली. एवढा मोठा विचार तिला झेपायचा नाही म्हणून मी दुसरा युक्तिवाद मांडला. ''बरं, ते जाऊ दे. एका सिनेमात कमीतकमी किती अनोळखी माणसांना मिठ्या मारायची तुमची तयारी आहे?''

माझ्या ह्या सडेतोड प्रश्नावर ती निरुत्तर झाली. ती लाजली व खाली पाहू लागली. हा दुवा कच्चा आहे हे मी ताबडतोब समजलो.

''तुम्ही 'पतिता' पाहिलात!''

''हो!''

''स्त्री जन्मा, ही तुझी कहाणी?''

''पाहिला.''

''दूधभात, सुबह का तारा...''

''ही सगळी पाहिली आहेत मी!''

''मग त्यात पाहा, एकदा बापाला, मग होणाऱ्या नवऱ्याला, प्रियकराला आणि मग गुंडांनी अत्याचार केला म्हणून, अशा निरनिराळ्या नात्यांनी, कारणांनी नायिकेला कोणाकोणाला मिठ्या माराव्या लागल्या आहेत? त्याआधी काम कसं करायचं. हे समजावून सांगताना डायरेक्टरनी मिठी मारली असेल ती निराळीच!'' आता मात्र तिचा चेहरा साफ पडला. कसलं तरी अनाकलनीय, अज्ञात दडपण तिच्या मनावर पसरल्यासारखं वाटलं. ती वर बघायला धजेना. मी एवढं स्पष्ट बोलायला नको होतं, असं मला वाटू लागलं. मग मी उठलो, ''जाऊ द्या झालं! आपण कंपनी बघू या!''

ती लगबगीने उठली. तिलाही ते वातावरण नकोसं झालं होतं. आम्ही बाहेर पडतो न पडतो तोच समोरून असिस्टंट कॅमेरामन घोषबाबू येताना दिसला. माझ्याकडे बघत तो नेहमीच्या ढंगात म्हणाला,

''काय राव, रुबाब आहे बुवा आज. नेकटाय वगैरे कडक हं!''

मी नुसतीच मान डोलावली. तो लांबवर गेला,

''पाहिलंत लोक तुमचं कसं स्वागत करतात ते!''

“म्हणजे मी नाही समजले!”
“अहो, हा प्रश्न मला नव्हता. ती तुमची चौकशी होती. नेकटाय मी रोजच लावून येतो. ह्याला तो आजच दिसला काय? आपलं नातं जोडून स्वारी तयार. अजून मी तुम्हाला तुमचं नाव विचारलं नाही नि माझंही नाव सांगितलं नाही!”
“खरंच तुमचं नाव काय?”
मी माझं नाव सांगितलं.
“अय्या! म्हणजे परवा साऊंड रेकॉर्डिंगमध्ये पहिलं बक्षीस मिळालं ते तुम्हीच?”
“होय!”
“काय कौशल्य आहे तुमच्याजवळ!”
“त्यात कौशल्य कसलं? पाच बटणं फिरवली की हवा तो आवाज मिळतो.”
“पण तेच कसं हे समजलं पाहिजे ना!”
“चौदा वर्षं कंपनीत घालवल्यावर तेवढं यायलाच पाहिजे. आजपर्यंत कधीच न पाहिलेल्या पुरुषावर तुम्ही प्रेम असल्याचा इतका उत्कृष्ट अभिनय करू शकाल की बघणाऱ्याला वाटेल, त्या माणसाशिवाय ही बाई एक तासही जगू शकणार नाही, हे कौशल्य तुम्ही सहा महिन्यांत शिकाल. लोक त्याला कला म्हणतील. तुम्ही त्यांची कीव करीत म्हणाल, ‘हरणाच्या चापल्याचं कौतुक माणसाला-रणाला नाही.’ जाऊ द्या झालं. इकडे या. हे आमचं मेकअप डिपार्टमेंट.” आम्ही आत गेलो. तिथं चार-पाच मंडळी ऐसपैस बसली होती. कोपऱ्यात शंकरराव लाकडी ठोकळ्याला केस चिकटवीत होते. एक-दोघे जण आपला मेकअप उतरवीत होते. मयसभेत प्रवेश केल्याप्रमाणे ती बावरली होती. आपल्याकडं सगळ्यांच्या नजरा लागल्या आहेत हे लक्षात आल्यावर ती जास्तच बावरली. तिथं फार वेळ न थांबता मी तिला घेऊन बाहेर आलो; पण लगेच दुसरीकडे न जाता तिला तिथंच दरवाजापाशी थांबण्याचा खूण केली. आतला संवाद कानांवर आला.
“काय जग्या, कशी आहेत मंडळी!”
“पूछो मत! अडुसष्ट नंबरचा ब्लाऊज फिट्ट बसेल.”
–तिथं आणखीन थांबण्यात अर्थ नव्हता. मी तिला म्हणालो,
“तुम्हाला हे अपरिचित आहे. इथल्या लोकांना आवश्यक आहे. तोंडात अहर्निश शिव्या असणाऱ्या माणसाच्या शिव्यांचं जसं आपल्याला काही वाटत नाही, तसंच झालंय माझं! पडद्यामागं एवढा प्रचंड व्याप असतो याची कल्पना होती तुम्हाला?”
तिनं मान हलवली.
“तो कोपऱ्यातला माणूस काय करीत होता हो?”
“तो शंकरराव, इथला मेकअपमन. त्या माणसाचा प्रथम तुमच्या गालाला-

ओठांना स्पर्श होणार. पण त्या लाकडी ठोकळ्याला केस चिकटविताना तो जितका निर्विकार आहे, तितक्याच भावनाशून्यतेनं तो तुम्हाला स्पर्श करेल. एका बाईला स्पर्श करायला मिळतो आहे ही भावना त्याच्या डोक्यातही नसते.''

''कशावरून त्याचा तोही मुखवटा नसेल?''

''असेल. तसंही असेल. खात्री कोणत्याच गोष्टीची देता येत नाही इथं. तुमच्याशी मी इतका नीट बोलतो आहे, पण कशावरून माझाही हा मुखवटा नसेल!''

''तसं मात्र मुळीच नाही. मलाही माणसांची पारख आहे. तुम्ही एका अनोळखी बाईला बघतच मघाशी सिगारेट खिशात टाकलीत, तेव्हाच तुम्ही निराळे आहात हे मला वाटल्याशिवाय राहिलं नाही.''

मोठ्यांदा हसत मी म्हणालो,

''तीच तर गंमत असते. खिसेकापू माणूस गर्दीत ओरडतो, 'खिसा पाकीट संभालो!' लोक अभावितपणे आपली पाकिटं बघतात नि खिसा कापणाऱ्याला खिसा समजतो लोकांचा, पाकीट ठेवायचा.''

–ती पुन्हा निरुत्तर झाली.

''म्हणूनच म्हणतो, इथलं सारं निराळं आहे. ही दुनिया जे नाही ते दाखविण्याची आहे, मुखवट्यांची आहे. मुखवट्याला कातडी समजू नका नि फसू नका. उघड्या डोळ्यांनी या आवारात शिरा आणि खरं विचाराल तर तुमच्यासारख्यांनी इथं येऊ नये. तुमच्या अंगात उपजत कला असेल; पण केवळ कलेची सेवा करता येईल असं वातावरण कुठल्याच सिनेमा कंपनीत नाही. तो दिवस उगवेल तो भाग्याचा! तोपर्यंत आपली कला आपल्याजवळच ठेवा किंवा कोणत्याही गोष्टीची तयारी ठेवून मगच ह्या भागात शिरा.''

डायरेक्टरला न भेटताच ती बाई निघून गेली. तिच्यावर माझ्या बोलण्याचा एवढा परिणाम होईल ह्याची मलाही कल्पना नव्हती.

ती गेली त्या बाजूला मी बघत असतानाच पाठीवर थाप पडली.

''अरे यार, वो औरत चली गयी, तरीच सूरत उतरली तुझी!'' अनिलकुमार हसत म्हणाला.

''अरे, क्षणभर झाडावर बसलेलं पाखरू. जरा पंख साफसूफ केले, बुंध्यावर दोनचार टोची मारल्या. उडून गेलं!''

''त्या दोनचार टोचींनी एवढा घायाळ झालास?''

''तर! तुला नाही कळायचं. म्हणतात ना?
इष्कने गालिब निकम्मा कर दिया...''

''वरना हम भी आदमी थे कुछ काम के.'' अनिलनं माझा शेर पुरा केला.

♦

तिची आता समजूत घाला

३

घरातून बाहेर पडण्याचा तुफान कंटाळा आला आहे. तासा-दीड तासापूर्वीच तर घरी आलो. आज ऑफिस नेहमीच्या वेळेलाच सोडलं. नेहमीची फास्ट लोकल दृष्ट लागावी इतक्या वेगानं आणि वेळेत अंधेरीला पोहोचली. दहा मिनिटांत तर घर गाठलं. ब्लॉकमध्ये आल्यापासून पाण्याचा तुटवडा नाही. संध्याकाळी पण अंघोळ करायला मिळते. शॉवरखाली उभं राह्यलं की लोकलचा प्रवास, ऑफिस, गर्दी - सगळ्या सगळ्याचा विसर पडतो.
अंगावर वर्षाव करणाऱ्या धारा; आपण स्वत: आणि स्वत:ला रफी समजून मारलेल्या ताना. बाथरूममध्ये आवाज घुमला छान. आपला आवाज आपल्यालाच खूश करून जातो.

त्यानंतर जमलेलं जेवण.
जिभेचे चोचले लहानपणी आईनं पुरवले आणि लग्नानंतर माणिक पुरवते आहे. नुसतंच चवदार जेवण बनवण्याचं वरदान तिला लाभलंय असं नाही; तर पानात कोणता पदार्थ किती, कुठल्या जागी, कसा वाढावा, हे तिला माहीत आहे. बचक-बचकभर वाढलेल्या ताटाकडे पाहूनही काहीतरी वाटतं; पण ह्या बाबतीत 'माणिक इज माणिक' हे जाता जाता जमत नाही. This is to be cultivated. रोज हा आत्माराम थंड होऊन सोकावलाय, पण त्यातल्या त्यात आजचा 'मेनू' भलताच चढला होता.
तरी बाहेर पडायलाच हवं आहे.
इथून पुन्हा माहिमला जायचं– नानूला गाठायचं. तो वाट पाहत थांबलेला असणारच. 'रसराज' हॉटेलची एकच फळी उघडी ठेवून तो बसलेला असणार. त्याचा हिशेब लिहिण्याचं काम करायचं आणि रात्री साडेबारा-एक

वाजता मात्र टॅक्सीनं घरी परतायचं. शेवटची गाडी मिळू शकते; पण नानू गाडीनं जाऊ देत नाही. तो कटाक्षानं टॅक्सी करायला लावतो. इतकंच नव्हे तर मला अंधेरीपर्यंत सोडून मगच घरी परततो.

महिन्यातून दोन शनिवार हे करावं लागतं. ठरलेला वार शनिवार; पण मध्ये काही गडबड, घोटाळा झाला तर नानूचा फोन येतो. मग कोणत्याही दिवशी जावं लागतं आणि असा घोटाळा हमखास होतोच. पावणे-दोनशे पौंड वजनाच्या नानूला व्यवहारातलं काही कळत नाही. कुपनावरच्या आकड्याएवढे पैसे घ्यायचे एवढंच त्याला काऊंटरवर बसून समजतं. थोडा थोडा हिशेब जमतोही. पण शंभराच्या चाळीस-पन्नास नोटा एकत्र पाहिल्या की गांगरतो अजून.

कधी पैशाचा गोंधळ.

कधी मारामारी.

कधी एखादा सरकारी ऑफिसर चौकशीला येतो.

इन्कमटॅक्सवाला किंवा शॉप इन्स्पेक्टर.

ह्यापैकी फक्त मारामारी प्रकरणाला नानू डरत नाही. त्याला घाबरणारा मी. घाबरतो तरी का? तर मलाच फार निस्तरावं लागतं. माझ्या नोकरीतली प्रतिष्ठा राबवावी लागते. नानूला वाचवावं लागतं.

नानूचं काय?

तो कुणाला तरी एखादा दणका देतो आणि झोपवतो. मग मला फोन करतो. मग पळापळ, चौकशा. अंधेरीला राहून हे सगळं निस्तरणं तापदायक होतं. नानू हे जाणतो. मग पाया पडतो, चुकलो म्हणतो. 'टॅक्सीनं जा' असं म्हणत येतील तेवढ्या नोटा हातात ठेवतो. अंधेरीपर्यंत टॅक्सीनं पोहोचवलं की आरामच आराम, असं त्याचं मत. मग मला रात्री समजा दोन वाजले तर काय बिघडतं?– असा त्याचा सवाल.

निष्कपटी आहे म्हणून मी जातो.

अडीअडचणीला पाठीशी उभा राहतो ते निराळं. अंधेरीला ब्लॉक घ्यायचा म्हणताच पहिले आठ हजार दाणकन त्यानं समोर टाकले.

सगळ्या दहा-दहाच्या नोटा होत्या. एका रुमालात त्या मोटली बांधावी तशा बांधलेल्या.

''नानू, ह्या एवढ्या नोटा कुठे होत्या?''

''बिस्किटाच्या मोठ्या डब्यात ठेवल्या आहेत वर माळ्यावर. कुणाला पत्ता लागायचा नाही.''

"वेडा आहेस का?"

"काही चुकलं का?"

"चुकलं म्हणजे? बँकेत नाही का ठेवायच्या?"

"अप्पा, ते कसं जमायचं?" त्यानं भाबडेपणानं विचारलं.

नानूला सांगून जमणार नव्हतं. ते पुडकं मी तसंच त्याला परत केलं. तात्यांच्या नजरेपासून त्या जपायच्या होत्या.

"एक रात्र घरात कुठं लपवशील?"

"कोळशाच्या पोत्यात."

"वेडा आहेस."

"मुळीच नाही. काका-काकू आणि तात्या पोत्याकडे जात नाहीत."

"आणि आई? सकाळी तिलाच आधी कळेल."

"ती झुरळाला जाम टरकते. कोळसे मीच तिला काढून देतो रोज. पोत्यापाशी झुरळं असतात."

दुसऱ्या दिवशी मी त्याला रीतसर अकाउंट उघडून दिलं. पासबुक-चेकबुक त्यानं माझ्याकडं ठेवलं.

"नानूकडं जायचं नाही का?" माणिकनं विचारलं.

"जायचंय ना."

"मग?"

"तुझं प्रेम अंगाशी येतं."

"काय केलं मी?"

"तुफान स्वयंपाक करतेस, मी मग भान न राहून अचरटासारखा जेवतो."

"असं कसं होईल? भूक असेल तेवढंच माणूस जेवणार."

"आता उठवत नाही, त्याला काय करायचं?"

"मान्य, एकदम मान्य. पण जितके लवकर जाल तितकं जागरण कमी होईल."

"माणिक, हा नवऱ्यावर निव्वळ सूड आहे असं नाही तुला वाटत?"

"कसला?"

"त्याला सपाटून खायला लावायचं आणि मग त्याला उठवत नसताना बाहेर पिटाळायचं?"

"तुम्ही नवरे असेच."

"कसे?"

"चांगला स्वयंपाक केला तर असं म्हणायचं. जाऊ नका. नानूला फोन करू?"

–विचार मोहात टाकणारा होता; पण ‘येऊ शकत नाही’ असा निरोप मिळताच होणारा त्याचा चेहरा आठवताच मी विचार बदलला.
अंग झटकलं.
आळस फेकून दिला.
कपडे बदलले आणि पायात चपला सरकवल्या.

“मग निघालात तर?”
“दुसरा क्या करेगा?”
माणिक जवळ आली. तिला मी हाताच्या अंतरावर थोपवीत म्हणालो,
“वहाँही ठैरो. इसकोच मोह कहा जाता है।”
“इतके ताडकन उठलात कसे?”
“निरोप ऐकल्यावर नानूचा चेहरा कसा झाला असता?”
“अगदी साडेतीन-चार वर्षांच्या मुलासारखा.”
“बरोब्बर. अंगानं आडदांडासारखा वाढला पण चेहरा तसाच राह्यलाय.”
“आणि स्वभावही.”
“म्हणूनच जेवण विसरून जातोय.”

खिडकीजवळची जागा मिळवून मी बसलो. अंधेरी लोकल असल्यामुळे गाडीत जागाच जागा होती. मोकळ्या जागेचं हे चित्र फार काळ दिसणार नाही. आत्ता जरी माणसं कमी, जागा जास्त अशी अवस्था होती तरी गाडी सुटता सुटता ह्याच्या उलट परिस्थिती होणार होती. माहिमला उतरताना धक्काबुक्की अटळ. पूर्वी कोणत्या तरी एका दिशेनं गाड्या मोकळ्या धावायच्या. आता तसंही सौख्य उरलेलं नाही. उलट्या दिशेनं प्रवास– हे आता संपलं. तशी दिशा राह्यलेली नाही. फक्त गर्दीची दिशा. ह्या मुंबईचं काय होणार?
कधीकधी वाटतं– गर्दीचाच स्फोट होईल आणि मागं काही उरणार नाही. तसं झालं तर आपलं काय होईल? आपण तेव्हा कुठं असू?
सगळी ओळखीची माणसं त्या क्षणी आठवली. नानूही.
पावणे दोनशे पौंड वजनाचा नानू.
चेहरा मात्र लहान मुलाचा.

‘नानू’ म्हटलं की त्याचं तेच वय आठवतं.
रडणं आठवतं.
रडणं आठवलं की कानात, त्याला मारल्याचे आवाज आपोआपच घुमायला

लागतात.

आणि मग ती सगळी साखळी सुरूच होते.

गॅलरीत बसलेला तटस्थ तात्या. तटस्थ की स्थितप्रज्ञ? काय म्हणू?

इतका शांत की जणू काही दुसरीच बाई कुणा तिसऱ्या माणसाच्या मुलाला मारते आहे.

त्याचा मोठा भाऊ वीरेंद्र तेव्हा मध्ये पडत नसे. माधवी पण नाही. माधवीचा मुलगा पळत पळत गच्चीवर जायचा.

आणि द्वारकावहिनी साडेतीन-चार वर्षांच्या नानूला मार मार मारत राहायच्या. अति झालं की मी माणिकला सांगायचो,

''माणिक, नानूला घेऊन ये.''

माणिक सरळ त्या घरात घुसायची. द्वारकाला आवरायची. नानूला घेऊन यायची. नानूच्या गालावर बोटं उठलेली असायची. पाठ लाल लाल झालेली असायची. आमच्या घरात येताच तो शांत व्हायचा. जेवायचा आणि रात्री स्वतःच्या घरात न जाता आमच्या जवळच झोपायचा.

अशाच एका रात्री आमच्या घरी झोपलेल्या नानूला न्यायला द्वारकावहिनी आल्या.

''नानूला परत करायचं नाही असं आम्ही ठरवलंय.''

''का?''

''तुम्ही त्याला एखाद्या दिवशी मारून टाकाल.''

''मी काय त्याला मुद्दाम मारते?''

''रोज तो असं काय करतो हे तरी सांगाल का?''

त्या गप्प उभ्या राहिल्या.

माणिक म्हणाली,

''मी म्हणते, समजा, त्यानं काहीतरी केलं, तरी त्यावर मारणं हा उपाय झाला का?''

वहिनी म्हणाल्या,

''मला समजतं सगळं. मी त्याची आईच आहे. नाही सहन झालं तर काय करायचं?''

''असं काय घडतं?''

''काय काय सांगणार?''

''नका सांगू. मी मात्र एवढंच सांगणार आहे, की नानूला तुम्ही कसंही वाढवा, आमचा त्याच्यावर काहीही अधिकार नाही. फक्त, आत्ता आईनं आपल्याला का मारलं हे त्या मुलाला समजायला हवं. का मारतेस असं त्यानं विचारलं तर तुमच्याजवळ कारण हवं.''

उत्तर न देता वहिनींनी झोपलेल्या नानूला कडेवर घेतलं आणि त्या निघून गेल्या. त्या गेल्यावर माणिक म्हणाली,
"तिच्याशी एवढं बोलण्यातसुद्धा अर्थ नाही. ठार बावळट आहे ती बाई."
"पटवून देणं आपलं कर्तव्य आहे."
"तिला कळायला नको का तुमचं लॉजिक? वेडगळ आहे."
"घर सांभाळते की नाही?"
"हे असं! सगळ्यांचा राग त्या पोरावर काढायचा."
"मला तात्याचा राग येतो."
"तात्याच आहे."

केवळ कुतूहल म्हणून एकदाच मी तात्याच्या हॉटेलात गेलो होतो. तात्या काऊंटरवर नावापुरताच बसला होता. त्याच्या हातात रसरंग होता. कोणत्या नटीचं वर्णन आणि फोटो पाहण्यात तो हरवला होता. हॉटेलची अवस्था पण हरवल्यासारखीच झाली होती.
मोडक्या खुर्च्या, तसलीच टेबलं, धुरकटलेल्या भिंती, अंघोळ न केलेले वेटर्स, अंधार, ट्यूबलाईटवर कोळीष्टकं, पंख्याची काळी पडलेली पाती.
हॉटेल चांगल्या वस्तीत, चांगल्या रस्त्याला असून उपयोग काय?
चहा तरी प्यावा असं वाटेल का?
उधारी राह्यलेली माणसं हीच जेमतेम चहाची गिऱ्हाइकं.
तात्यानं आग्रह केला म्हणून कळकट कपातला बेचव चहा प्यायलो आणि तोंडाची चव घालवण्यासाठी दुसऱ्या चांगल्या हॉटेलात जाऊन चांगला चहा प्यायलो.
वीरेंद्र आणि माधवी दोघं नोकरी करायचे. त्याशिवाय वीरेंद्रचा लॉचा अभ्यास चालला होता. दोघं मिळून ठराविक रक्कम घरात द्यायचे. त्यानंतर एका पैचाही दोघं खर्च करीत नसत. दणदणीत पागडी भरावी लागेल म्हणून दोघं ह्या ठिकाणी चिकटून होती. त्याशिवाय जाऊबाईंकडे मूल सोपवलं की माधवी मोकळी.

चिरंजीव तात्या आणि त्याचं हॉटेल हा सगळा एकूण आतबट्ट्याचा प्रकार होता. तात्याला त्याची खंत नव्हती. हॉटेल ओळीनं सहा महिने व्यवस्थित असं कधी चाललं नाही.
पगार तुंबायचे.
तसं झालं की दारात लाल झेंडे.
कुणाला चालवायला दिलं असतं तर डोळे मिटून महिना हजार रुपये कुणीही तात्याला उचलून दिले असते.

ह्या विषयावरून घरात एक दिवसाआड मारामाऱ्या व्हायच्या भावाभावांच्या.
तात्या गप्प बसायचा. घुम्यासारखा.
कुठून तरी माधवी-वीरेंद्र हजार-बाराशे आणायचे. बंद पडलेलं हॉटेल सुरू व्हायचं. हे झालं की नानू आणि त्याची आई-तो अंक सुरू व्हायचा. माधवी आणि वीरेंद्र देतील तेवढ्यात सगळ्यांचं भागवायचं म्हणजे महागाईच्या दिवसांत एक यज्ञ होता. पैसे मागायला कुणी दारात येऊन उभं राह्यलं की माधवी गप्प राहायची. वीरेंद्र, आपण त्या गावाचेच नाहीत अशा तऱ्हेनं पुस्तकात डोकं खुपसून बसायचा. द्वारकावहिनींचे आणि तगादेवाल्यांचे मग वायदे सुरू व्हायचे. घेणेकऱ्यांचे चढलेले आवाज आणि वहिनींच्या विनवण्या.
शेवटी त्या माणसांना वहिनी कसं परतवून लावीत ते त्याच जाणोत. त्यांची पाठ वळली रे वळली की नानूला धोपटणं सुरू. पोरगं गुरासारखं मार खायचं, पण काका-काकू मध्ये पडत नसत.

एकदा वीरेंद्राची आणि आमची चौपाटीवर गाठ पडली. त्यांना दोघांना आम्ही भेळवाल्याच्या गाडीपाशी लांबूनच पाह्यलं होतं. ती गाडी टाळून आम्ही दुसरा कुणीतरी 'हुं सच्चा...' पाहणार होतो. तेवढ्यात त्यांनी हाक मारली. भेळ ऑफर केली.
मग एकत्र बसावं लागलं.
त्यांनी भेळ ऑफर का केली, मुद्दाम हाक का मारली, हे नंतर समजलं.
घरचा विषय निघाला.
त्यांनी काढलाच.
"जाऊबाई फार आततताईपणानं वागतात."
"त्यांना झेपत नाही," माणिक म्हणाली.
"माणिकताई, जाऊबाईंना दुसरं काय काम असतं? चार माणसांचा दोन वेळचा स्वयंपाक आणि दोन मुलांना सांभाळायचं. आमचा बब्या तर किती गुणी आहे हे तुम्ही पाहताच. त्याला सांभाळण्यासाठी मुद्दाम काही करावं लागत नाही. बरं स्वत:च्या मुलाला ती कशी वागवते ते तुम्ही पाहताच."
—शहारा आल्याचं दाखवित वीरेंद्र म्हणाला,
"हॉरिबल. निव्वळ जंगली. पोटच्या पोराला इतकं मारवतं कसं हेच कळत नाही."
"तुम्ही नानूला वाचवायलाच हवं," मी म्हणालो.
"तो मुलगा पण तसाच आहे," माधवी म्हणाली.
"मला नाही तसं वाटत. दिवसातला निम्मा वेळ आमच्याच घरी असतो. कसा शांत आहे."

–माणिक म्हणाली.
तोच मुद्दा उचलीत माधवी म्हणाली,
"घरात पाऊल ठरतच नाही त्याचं. आई बडवेल नाही तर काय करील?"
"वहिनी, घरातलं वातावरण प्रसन्न हवं. मग कुणालाही घरात राहावंसं वाटेल.'
वीरेंद्र म्हणाला,
"लाखातलं बोललात. कधी घर कायमचं सोडेन असं मला झालंय; पण आम्ही आहोत म्हणून तात्याचा संसार इतपत तरी उभा आहे."
"नाहीतर जाऊबाईंच्या हातात कधीच पोळपाट-लाटणं आलं असतं."
"आत्ता तेच तर आहे."
माणिकनं एक 'टिपिकल' बायकी ठेवला. माधवीनं तो परतवला.
"आता घरातल्या माणसांसाठीच आहे. शिकल्यासवरल्या असत्या तर हेही करावं लागलं नसतं. दारोदार हिंडायची पाळी त्यांच्यावर येऊ नये म्हणून तर इथं राहतोय कसे तरी."

त्या दिवशीचं आमचं फिरणं त्या जोडीनं स्पॉइल केलं. तासाभरातल्या गप्पागोष्टींत माधवी आणि वीरेंद्र हेच सांगत होती 'आम्ही आहोत म्हणून घर आहे. नाहीतर कधीच कोसळलं असतं. तात्यावर आणि द्वारकावहिनींवर आमचे सात जन्माचे उपकार आहेत. त्या अशिक्षित बाईला हे उमगायचं नाही. चार बुकं शिकलेल्या तात्याला पण हे कळणार नाही.' हे सगळं सांगून वीरेंद्र पुढं म्हणाला,
"सध्याच्या दिवसांत कोणता भाऊ आपल्या धाकट्या भावासाठी एवढं करतो, सांगा."
मी म्हणालो,
"खरं आहे."

"हरामखोर भांचोद साला."
"तात्या, शांत व्हा. रस्त्यावरची माणसं पाहताहेत."
"पाहू देत साले. माझा संसार आणि हॉटेल काही ते चालवत नाहीत. अप्पा, मी का भडकतो तुला कळायचं नाही. हा हरामखोर..."
"कोण?"
"आमचा भाऊ म्हणून मिरवतो तो. त्यानं दावा साधला. बाप मरायला टेकलेला. मी हा सारखा असा गल्ल्यावर. आमचा वीऱ्या तिकडं बापाजवळ इस्पितळात. चोवीस तास कानाशी लागलेला. जन्माचा दावेदार. दावा

साधला. बापही हरामखोर निघाला.''
''तात्या, वडिलांबद्दल काय बोलताय?''
''नुसता बोलतोय. समोर असता तर झोपवला असता. हॉटेलचं उत्पन्न केलं वीरेंद्रच्या नावावर आणि राहती जागा केली माझ्या नावावर. हे काही बापाचं टाळकं नाही. ही अक्कल वीरेंद्राची. पुढं केलेल्या कागदावर बापानं सही केली. आधी बाप बिनडोक, त्यात बेशुद्ध. त्यानं केली सही. तेव्हापासून गल्ला नेतो वीरेंद्र आणि मी बसतो इथं नोकरासारखा. आता मेन रोडला हॉटेल. खर्च कमी असतो का? धंद्याला भांडवल नको? –पैसे मागितले तर सही घेतो कागदावर आणि मग पैसे देतो.''
''आणि तुम्ही सह्या करता?''
''दुसरं काय करू?''
''तुमचाच पैसा आणि तुम्ही सही करून घेता?''
''अरे अप्पा, तू पण मॅडपणा करतो काय? पैसा माझा नाही. हॉटेलची जागा माझ्या नावावर. व्यवहार पाहायचा वीरेंद्रनं. कळलं?''
''मग तो का नाही पाहत हॉटेलकडं?''
''त्याला वकील व्हायचंय. ऑफिस थाटायचंय. त्याला जागा नको? –मला कर्जबाजारी करायचं आणि हाकलून द्यायचं एखाद्या दिवशी. भडव्यांनो, शिकलो नाही पण एवढा डाव समजतो. त्याचं पोर माझी बायको सांभाळते, तेव्हा नवराबायको कमावतात. मी दोघांना लाथ मारून घालवीन. कुठं जातील? जागा माझ्या नावावर आहे. त्यांना वाटतं, तात्याचा संसार आपण चालवतो. ढोंगी, हरामखोर, संसार मी पेललाय त्याचा. पोर सांभाळतो, शिकवतोय अजून त्याला. भांचोद.''
मी कशीतरी सुटका करून घेतली.
बघणाऱ्यांना वाटत होतं, तात्या मलाच शिव्या घालतोय, 'भडव्यांनो, शिकलो नाही; पण एवढा डाव समजतो.' –तात्याच्या ह्या वाक्याच्या वेळी तर ऑफिसातला एक मित्रच 'काय रे, काय केलंस?' अशा अर्थाच्या खुणा करीत तिथून गेला.

नानूच्या घरची अशी एकूण अवस्था होती. एखाद्या रोग्यासारखी.
रोगनिदान अचूक झालेलं असतं.
आणि शस्त्रक्रिया सहन होण्यासाठी जी प्राथमिक ताकद असायला हवी असते तीच त्या रोग्यात नसते.
नानू तसाच मार खात वाढत होता. दिवसेंदिवस द्वारकावहिनींची सहनशक्ती कमी होत होती आणि नानूची वाढत होती.

पूर्वी तो मार खाताना रड रड रडायचा. आता वाढत्या वयाबरोबर रडायचं नसतं असं त्याला कळायला लागलं होतं.
तेवढी समज येणं आवश्यक होतं.
आता तो शाळेत जायला लागला होता. कधीकधी शाळेतले मित्र घरी यायचे. त्यांच्यासमोर क्वचित मार बसणं आणि नानूनं रडणं हे किती अपमानास्पदच होतं?
एकदा असंच इच्छा नसताना मध्ये पडावं लागलं. हुं की चू न करता मार खाणाऱ्या नानूला वाचवावं लागलं.
द्वारकावहिनींनी शाळेतून आलेलं पत्रच समोर टाकलं. सबंध महिना शाळेत न आल्याबद्दलचं शाळेचं पत्र होतं ते.
नानूला घेऊन मी घरी आलो.
"नानू, तू शाळेत जात नव्हतास?"
"नाही."
"मग दिवसभर काय करत होतास?"
"बागेत जाऊन झोपत होतो."
"असं का वागलास? इतका शहाणा मुलगा तू?"
"मी वेडा आहे."
"कोण म्हणतं?"
"वर्गातली सगळी."
"ती असं का म्हणतात?"
"त्यांच्यासमोर आम्हाला आईनं मारलं तर काय करायचं? तेही माझं काही चुकलं नसताना. मी नाही आता त्या मित्रांसमोर जायचा."
"आपण पोलिसात कळवून नानूची दुसरीकडे सोय करू या." माणिकनं सुचवलं.
"काहीतरी करायला हवं," मी म्हणालो.

आणि मी काहीच करू शकलो नाही. तत्पूर्वी माझी बदली झाली. मुंबई सोडताना जीव फक्त नानूसाठी तुटत होता. त्याला मी न्यायला तयार होतो; पण द्वारकावहिनी हातापाया पडल्या, म्हणून नेता आलं नाही. तात्यानं कधीच परवानगी दिली असती.

तीन वर्षं म्हणता म्हणता मी सात वर्षांनी नागपूरहून पुन्हा मुंबईला परतलो. सात वर्षांच्या कालावधीत नानूच्या घरची परिस्थिती कशी होती? जशीच्या तशी.

वीरेंद्र वकील झाला होता. त्यानं गाडी घेतली होती. स्वतःच्या ब्लॉकमध्ये तो जायचा होता. त्याला मात्र ऑफिससाठी अद्याप जागा मिळाली नव्हती. कुणाकडे तरी त्यानं भागीदारीत ऑफिस थाटलं होतं. तात्याला दमा झाला होता. द्वारकावहिनींची फक्त हाडं उरली होती. माधवी आता हेडक्लार्क झाली होती आणि तिला नंतर दोन मुलं झाली होती.
द्वारकावहिनींना अधूनमधून झटके यायला लागले होते. सायकॅट्रिस्टकडे जाऊन मध्यंतरी 'शॉक' वगैरे देण्याच्या यातनेतून पण त्या गेल्या होत्या. त्यांच्या हातात अद्यापि पोळपाट-लाटणं होतं आणि जावेची मुलं. स्वतःच्या मुलांसाठी अद्यापि द्वारकावहिनींची गरज असल्यानं हॉटेलच्या जागेसाठी वीरेंद्रने तात्यावर फिर्याद करून ताबा मागितला नव्हता. ती जागा मिळताच तिथं ऑफिस थाटण्याचा त्याचा बेत आता ठरल्यासारखा होता.
आणि नानू?
पंधरा-सोळा वर्षांचा पोरगा हातीपायी मजबूत, दणकट पैलवानासारखा झाला होता. मला तो हसत हसत म्हणाला,
"काहींची मुलं नुसती खाऊन माजतात. मी मार खाऊन खाऊन माजलोय."
"तुला आता कोण मारणार? एका कवेत तू घरातल्या सगळ्यांना गुंडाळशील."
"एकदा तोही प्रयोग केला."
"कुणावर?"
"प्रमोदवर."
"प्रमोद कोण?"
"चुलतभाऊ क्रमांक दोन. त्याचे पुढचे दोन दात पाडले एका थपडेत."
"का मारलंस?"
"माझी आई मला मारते असं पाहून त्यानंही अंगावर हात टाकला. मग धडा शिकवावा लागला."
"काका भडकला असेल?"
"जाम. म्हणून तीन वर्षं रिमांड होममध्ये काढावी लागली."
"नानू, तू रिमांड होममध्ये होतास?"
पोटात कालवाकालव होईल असा नानू हसला.
"नानू..."
"चालायचंच अप्पा. मला आता सवय-सवय नाही -व्यसनच लागलंय मार खाण्याचं."
"आई अजून मारते?"

“आता तर काय, तिच्या डोक्यावर परिणाम झालाय ना?”

आणि सात वर्षांच्या कालावधीनंतर पुन्हा एकवार मारण्याचे परिचित आवाज आणि द्वारकावहिनींचं चिरलेल्या आवाजातलं ओरडणं ऐकायला मिळालं.
माणिक म्हणाली,
“आता नक्की मुंबईत आल्यासारखं वाटतं.”
सगळं असंच होतं.
नानू अवाढव्य वाढला होता. चेहरा मात्र चार वर्षांच्या पोरासारखाच होता.
द्वारकावहिनींना हे भोगावं लागेल, आता एवढ्या मोठ्या मुलावर हात टाकायचा म्हणजे काय?
मी नानूला मग रीतसर फितवला. त्याचे कान व्यवस्थित फुंकायला प्रारंभ केला. ते विष त्याच्या अंगोपांगात भिनायला लागलं. त्याला परिस्थितीचा उलगडा व्हायला लागला.
तो माझा ‘देह’ होता आणि मी त्याच्यासाठी ‘कलमबहाद्दर’ व्हायचं ठरवलं होतं.

आणि एका संध्याकाळी आम्ही हॉटेलचा नाट्यपूर्ण ताबा घेतला. हॉटेलात घुसल्याबरोबर नानूनं टिवल्याबावल्या करणाऱ्या वेटर्सना धरून धोपटलं आणि गचांडी देऊन बाहेर फेकलं. ‘मालक, मालक’ करीत, छातीवर हात दाबून बसल्या बसल्या खोकणाऱ्या तात्याकडे धावली. त्यांच्या अंगावर धावून जात नानू म्हणाला,
“साल्यांनो, हॉटेलचा मालक मी आहे आजपासून.”
सगळं चित्र व्यवस्थित व्हायला तीन-चार महिने लागले. मी माझं वजन खर्च करून नानूला कर्ज मिळवून दिलं.
वीरेंद्रनं फिर्याद ठोकली.
“तुझी पोरं आता माझी आई सांभाळणार नाही.”
नानूनं काकाला ठणकावलं.
काका ब्लॉक मिळताच निघून गेला.
नानूनं हॉटेलात बस्तान बसवलं. डोक्यापेक्षा त्याच्या दणकट शरीराचाच त्याला फायदा झाला होता.
नानू मस्तपैकी धंदा करीत होता. त्याला व्यवहार मात्र कळतच नव्हता.
बँकेत खातं उघडून देण्यापासून सगळं मला करावं लागलं होतं. खातं उघडून देईपर्यंत तो मॅडसारखा कुठंही पैसे ठेवायचा. तात्यांपासून आणि आईपासून, काका-काकू म्हणजे सर्वांपासूनच त्याला रकमा लपवायला लागायच्या.
काका ब्लॉकमध्ये गेला.

घर शांत झालं.

द्वारकावहिनी तासन् तास कोपऱ्यात बसायच्या.

तात्या गावभर भटकायचे. पैसे संपले की नानूसमोर हात पसरायचे.

त्यानंतर मी चाळ सोडली. अंधेरीला ब्लॉक घेतला. नानूनं तेव्हा खूप मदत केली. अंधेरीहून नानूचा धंदा, हिशेब सांभाळायचा म्हणजे फार व्याप होतो; पण नानूसाठी जावं लागतं.

काकानं आता हॉटेलची जागा मिळेल ही आशा सोडली आहे.

सहा महिन्यांपूर्वी एक जोरदार दम्याची ढास लागून तात्या त्यातच आटोपला होता. आठ-दहा दिवसांत नानू प्रत्यक्ष भेटला नव्हता. आज जायलाच हवं होतं, म्हणून निघालो होतो.

नानूनं नेहमीसारखं स्वागत केलं. 'कोक'ची ऑर्डर दिली. पोऱ्यानं मला सलाम ठोकीत समोर बाटली ठेवली.

बाटली संपवून मी म्हणालो, ''चलो नानासाहेब, हिशेब संपवू या.''

''तो करायचाच, भलतीच आफत झाली पुन्हा.''

''मारामारी?''

''नाही, नाही.''

''तसली भानगड केलीस तर मी आता सोडवणार नाही.''

''तसं काही नाही.''

''मग?''

''म्हातारीचं पुन्हा डोकं फिरलं.''

''कोण म्हातारी?''

''आई हो.''

''काय करते?''

''परवा सकाळी दहा वाजता आली आणि गळा काढून रडायला लागली. च्यायला इथं कस्टमर बसलेलं. गर्दीची वेळ. सदानंदाला गल्ला सांभाळायला सांगितला. तिला टॅक्सीत घातली, घरी नेली. पुन्हा दोनदा तोच प्रकार. मग तिची समजूत काढली. तिला सांगितलं, तुला रडायचं असेल तेव्हा रात्री साडेनऊनंतर येत जा. आता येईल एखाद वेळेस.''

''का? रडते का पण?''

''मी तुला लहानपणी फार फार मारलं, असं म्हणते आणि गळा काढते.''

ह्या बाईला केव्हातरी भोगावं लागेल हे माणिकचे शब्द मला आठवून गेले.

सगळा भूतकाळ नव्यानं आठवला.
पुस्तकात डोकं खुपसलेला वीरेंद्र.
स्थितप्रज्ञ तात्या,
निर्विकार माधवी,
मारणारी द्वारकावहिनी,
आणि किंचाळणारा नानू.
"नानू, तुझ्या जागी मी असतो तर खरंच त्या वेळी घरातून पळून गेलो असतो."
"मी पळालो असतो तर मग घर उभं नसतं राह्यलं."
"असं कसं म्हणतोस?"
"अप्पा, आमचं घर तेव्हा कोण चालवत होतं?– तात्या? काका?– की आई?"
–मी गप्प होतो.
"घर मी चालवत होतो. प्रत्येकाला तेव्हा वाटायचं घर आपण चालवत आहोत म्हणून; पण ते खोटं होतं. आई वैतागली की माझ्यावर राग काढायची. मला मार मार मारायची. मग ती शांत व्हायची आणि तिला मग पुन्हा ताकद यायची. ती कामाला उभी राह्यची. मी नसतो घरात तर आईनं राग कुणावर काढला असता? – घर तेव्हा मी सांभाळलं?"
"नानू, हे नाही पटत. इतका मार खायचा."
"अप्पा, नंतर नंतर मला चटक लागली. घरात काही वादळ घडलं की मी आपणहोऊन तिला सांगत असे, आई, तू एकदा मला मार. म्हणजे सगळं ठीक होईल. तिला तेव्हा फायदा झाला, मला आता होतोय."
"कसा?"
"शरीर कसं तयार झालंय पाहा की? मनापासून एखादी गोष्ट केली की वाया जात नाही. फार मनापासून मार खाल्ला पंधरा वर्षं, त्याचा ह्या धंद्यात फार फायदा होतोय."
नानू हसायला लागला.
पावणे दोनशे पौंडाचं शरीर आणि चार वर्षांच्या मुलाचा चेहरा.
मला गलबलून आलं.
हसणं थांबवित नानू म्हणाला,
"ते राहू दे सगळं. म्हातारी आता येईल. गळा काढून रडेल. तुला फार मारला रे पोराऽऽऽ म्हणून इथं गडबडा लोळेल. माझं काय पण नुकसान झालं नाही त्या मारानं, हे तिला कसं पटवायचं? तिची समजूत घालाल?"

♦

थ्रिल

४

पुरुषानं बाईकडं पाहत राहणं ह्यात अस्वाभाविक काय आहे?
प्रत्येक जण पाहतोच. हे पाहणं अर्थातच बाईच्या देखणेपणावरच अवलंबून असतं, ह्यात वाद नाही. त्या बाबतीत सगळ्या पुरुषजातीचं एकमत होईल. प्रत्येक पुरुष पाहतोच पाहतो. त्या पाहण्याला जे रसिकत्व लागतं ते कोणत्याही क्रमिक पुस्तकातून येत नाही. ते प्रत्येकाजवळ उपजत असतं. त्याचप्रमाणे ज्या बाईकडे पाहायचं, तिच्या ते लक्षात न येता कसं पाहायचं ह्याचं शिक्षण कोणत्याही शिक्षण खात्यानं मंजुरी दिलेल्या पुस्तकात मिळत नाही.
प्रत्येकाची त्या बाबतीत, विषय एकच असूनही स्वतंत्र पीएच.डी. असते.
पण आता समोर बसलेल्या माणसाला काही रीतभातच नव्हती. बघायचं ते किती? आणि इतकं सरळ सरळ?
बघून न बघितल्यासारखं करण्याचं स्किल हवं की नको?–
मनात येईल ते सरळ सरळ करण्याचं धाडस म्हणायचं हे की निर्लज्जपणा म्हणायचा?–
रमा त्या नजरेनं अवघडून गेली.

आता आपण कुठं पाहावं हे तिला कळेना. सगळ्या डब्यात नजर फिरवून समोर पाहावं तर त्याची नजर आपल्याकडे असल्याचं कळायचं.
हातात मासिक धरलं तर त्यात लक्ष लागेना. खिडकीतून बाहेर तरी किती काळ बघायचं?– बोगदे आणि घाट, वयाच्या पाचव्या वर्षांपासून पाहत आलो. त्यातलं नावीन्य कधीच ओसरलं.
थ्रिलही संपला.

थ्रिल!
ह्या एका शब्दामागं धाव धाव धावलो.
शेवटी काय मिळवलं?
कुणीतरी असं टक लावून पाहत आहे ह्यातलं 'थ्रिल'सुद्धा संपलं. आता असं हे बघणं म्हणजे आचरटपणा वाटतो.

हा मॅडकॅप तरी का पाहतोय?
रमाला उलगडा होईना. तिनं मग अकारण पदर सारखा केला. तोंडावरून हात फिरवला. पर्समधून तिनं इंडियन एअरलाईन्सचं पाकीट काढलं. त्यातला यू डी कोलनच्या वासाचा, कागदी नॅपकिन तिनं काढला. तो ओलसर सुगंधी, गार कागद चेहऱ्यावर दाबून धरताच ती सुखावली.
त्या वासानं सगळा भूतकाळ चाळवला गेला.
शामलाल, प्राध्यापक शितोळे, चंद्रकांत... काय काय आठवावं?
तिघांपैकी ह्या वासाचं वेड फक्त चंद्रकांतला होतं.
वास उडाला. सहवास संपला.
राहिल्या आठवणी.
आणि वेदना.
वेदना कसल्या पण?– स्वत:च्या पराभूत जीवनाच्या?
मुळीच नाही.
ह्या वेदना त्याच्या नाहीत. आज सकाळपर्यंत ह्या वेदनांचा मागमूसही नव्हता.
योगिनी भेटली आणि ठिणग्यांचा पाऊस पाडून गेली.
वेदना त्याच्या.
योगिनीचा विचार मनात येताच, तिनंच दिलेला यू डी कोलनचा कागद चुरगळून रमानं खिडकीबाहेर फेकून दिला.
तेही त्या समोरच्या माणसानं पाह्यलं.
हा नक्की काय पाहत असेल?– आपली केसांची स्टाईल?– ही भाडोत्री. आज योगिनीनं जबरदस्तीनं करायला लावलेली. हे केस नकली आहेत हे त्यानं ओळखलं का?– आपल्या डाव्या भुवईवर एक चट्टा आहे. नजरेत भरणारा पण खुपणारा नव्हे– असा.
ती म्हणे जन्मखूण. तिच्याकडे हा पाहतोय का?– फाउंडेशन क्रीम आज चोपडलंय.
ती खूण तितकी ठळक वाटणार नाही. तरीही...
रमा वैतागली.

योगिनी भेटल्यापासून अगोदरच ती आयुष्यावर उखडली होती. त्यात प्रवासात भेटलेला हा समोरच्या बाकावरचा खत्रूड माणूस.

गाडी मध्येच थांबली.

रमानं बाहेर पाह्यलं. गाडीखाली वाकून पाह्यलं. खोपोलीचे पाण्याचे अजस्त्र नळ वरून खाली धावत होते. लहानपणापासून घाटातलं हे परिचयाचं दृश्य. समोर रिव्हर्सिंग स्टेशन. तो कमानीचा पूल. खालून वळणारा एक बाकदार रस्ता. हा पूना-बाँबे रोड.

रमाच्या लहानपणी त्या पुलावर काही दिवस 'शिलाप्रवंग' अशी मोठी जाहिरात दिसायची.

त्यानंतर 'अमृतांजन'ची जाहिरात काही काळ होती.

अमृतांजन.

अमृतांजन म्हटलं की शामलाल भडकायचा. त्याला तो वास मुळीच सहन होत नसे.

"तुम्हा बायकांची डोकी दुखतात तरी कशी?"

"किती बायकांचा अनुभव?" – आपला खवचट प्रश्न.

"घरी बायको आणि ऑफिसात तू."

समोरच्या पुलावर सध्या जाहिरातच नाही.

रस्ता आहे.

ह्याच रस्त्यावरून आपण सकाळी मुंबईला आलो. कमानीखालून जाताना काही निराळंच वाटलं.

भावनांचा प्रक्षोभ झाला होता.

आपण दोन मिनिटं मोटार थांबवायला सांगितली.

योगिनीची कोरी करकरीत इम्पाला डौलात थांबली. पुलाजवळ थांबली.

समोर ही दरी.

वळलेला रस्ता.

प्रचंड कमान.

समोर रेल्वे लाईन.

भरून आलेलं आकाश. हिरवंगार आसमंत. मध्येच ऊन पडलं.

पुन्हा मळभ.

बालकवींची आठवण झाली. क्षणात सरसर... शिरवे.. आणि तेवढ्यात समोर कुटुंबनियोजनाची जाहिरात पुलाच्या भिंतीवर चितारलेली दिसली.

त्या दृश्यातलं काव्य एका क्षणात ओसरलं. माणसांची, निसर्गाची क्रूर

अवहेलना होती ती. सौंदर्याचा असा नाश करवतो तरी कसा?

ती लगेच योगिनीला 'जाऊ या' म्हणाली होती. पोरांचा जंजाळ परवडला; पण जाहिरातीचा नको. जाल तिथं तेच.

जाहिरातीमधली वाक्यं जाहिरातीच्या संख्येलाच प्रथम लागू करायला हवीत.

गाडी अजून थांबलेली.

कंटाळ्यात भर पडली. गाडी जितकी उशिरा पोहोचेल तितका जास्त वेळ समोरचा माणूस पाहत राहणार.

काहीतरी चाळा हवा होता.

शेजारून जाणाऱ्या चिवडेवाल्याला तिनं हाक मारली; पण त्याला ती हाक ऐकूच गेली नाही. पुन्हा मारायचा तिनं प्रयत्न केला नाही. गाडी उभीच होती. काहीतरी घडलं असावं. बरेचसे लोक खाली उतरले. विरुद्ध दिशेने पळणाऱ्या रूळावर जाऊन बसले. काही जण इंजिनकडे चालत गेले. तो समोरचा गृहस्थही उठला. खाली गेला. इच्छा नसताना रमानं पाह्यलं. रूळाच्या खडीतून धडपडत चालत राह्यला. मग पांढऱ्या स्वच्छ कपड्यांतला गार्ड तांबड्या, हिरव्या निशाणांच्या गुंडाळ्या हातात घेऊन झपाझप चालत गेला. त्याच्या पाठोपाठ सात-आठ लोकांचा घोळका.

डब्यातल्या डब्यात मग तर्क-वितर्क सुरू झाले.

आणि मग एकदम पळापळी झाली. रूळावरची माणसं पटापटा उठली. त्यांनी गाडीवर हल्ला चढवला... काहींना धाप लागली.

तो समोरचा गृहस्थसुद्धा असाच धापा टाकीत आला. स्वतःच्या जागेवर बसता बसताच त्यानं हातातला चिवड्याचा पुडा रमासमोर धरला.

''घ्या.''

''काय आहे?''

''चिवडा. तुम्हाला हवा होता ना?''

–हवा होता ही गोष्ट अगदी खरी होती; पण ह्या माणसाकडून घ्यायचा काय?– उपकार?

मुळीच नाही.

धापा टाकीत घेऊन या, असं आपण ह्याला मुळीच सांगितलं नव्हतं. त्यालाच हौस. हौस कसली म्हणा.

पक्के कॅल्क्युलेटिव्ह.

हलकटच खरं तर.

शामलाल, प्राध्यापक शितोळे, चंद्रकांत– अशीच रांग होती.

प्राध्यापक शितोळे जरा बरे. तरीदेखील शामळटच. त्यांना लिहिलेली पत्रं, मधल्या मध्येच चंद्रकांतनं पळवली तरी शितोळे शांतच.

सगळेच चोर,

ह्यांना लुटायला हवं. गय करता कामा नये.

स्वत:चा विचार स्वत:ला पटून रमानं चिवड्याची पुडी घेतली. पर्समधून चार आणे काढून तिनं त्याच्यासमोर धरले.

''राहू दे.''

''नाही. तसं नाही.'' असं म्हणत तिनं समोरच्या बाकावर ते नाणं ठेवलं.

त्यानं ते वाकून रमाच्या बाकावर ठेवलं.

''अहो.''

''राहू दे, तुमच्यासाठी चार आणे खर्च करण्याचा मला अधिकार आहे.''

''काय?''

''मागचं देणं आहे.''

''काय?''

''बारा वर्षांपूर्वी तुमच्या घरी चहा-पोहे खाऊन गेलोय.''

रमाच्या हातातली चिवड्याची पुडी तशीच राह्यली. ती विलक्षण विचारात पडली. ती विचारात पडलेली पाहून समोरच्या माणसाला हायसं वाटलं. तो थोडंसं अंदाजानं बोलला होता. बोरीबंदरला ती समोर येऊन बसल्यापासूनच त्याचं विचारचक्र सुरू झालं होतं.

ही तीच असेल का?

रमा. येस. तिचं नाव रमाच होतं. आडनाव होतं कुलकर्णी.

छान सडसडीत बांधा. राहणी साधी. अंगावरचे कपडे बेतासबात. अर्थात कपड्यावर फारसं काही अवलंबून नसतं.

मुख्य भांडवल चेहरा. तो आकर्षक होता. मोहक होता. खरं तर रमा कुलकर्णी, इतक्या अळणी नावा– आडनावाला शोभू नये इतका आकर्षक होता. डाव्या भुवईवर एक कसला तरी चट्टा. त्यालाही हरकत नसावी इतकं बाकी सगळं छान होतं. बरं आपली तरी काय अशी जहागीर वाया चालली होती?

बी.ए.पर्यंत शिक्षण.

बी.ए. पैशाला पासरीभर, बी.ए. म्हणजे साक्षर एवढीच किंमत.
नोकरी पर्मनंट.
प्रमोशन्स मात्र भराभर मिळणार होती. पर्सनल असिस्टंटच्या जागेपर्यंत.
इतकं सगळं ड्यू होतं.
रमा कुलकर्णींच्या वडिलांना हे सर्व सांगण्यात आलं होतं. प्रथमच सगळं कानावर येत असल्याप्रमाणे त्यांनी चेहरा केला होता.
पोरीचा बाप, ही जातच बेरकी, आडून आडून त्यानं सगळी माहिती अगोदरच मिळवली होती. उगीचच, टप्प्याटप्प्यानं 'असं का' असं विचारीत होता आणि तरीही, डाव्या भुवईवर चट्टा असलेल्या मुलीनं आपल्याला नकार दिला.
नकाराचं दु:ख नव्हतं. फक्त कारण कळायला हवं होतं.
ही जर तीच असेल, तर फक्त आता कारण विचारून घ्यायचं.
ती विचारात पडली आहे तर बहुतेक ती तीच असावी.
"तुम्ही पूर्वाश्रमीच्या रमा कुलकर्णी ना?"
रमा हसली.
पूर्वाश्रम?
अजून तोच तर आश्रम आहे; पण हा कोण?
चहा-पोह्याची आठवण अशी देतोय की जणू काही चव अजून जिभेवर आहे.
कोण?–
नकळत तोंडून प्रश्न गेला, "आपण?"
"मी दीनानाथ लोथे."
"लोंढे?"
"नाही. लोथे. तुम्हांला मागणी घालायला आलो होतो आणि कारण न सांगता तुम्ही नकार कळवला होता."

तो एका दमात बोलला.
कारण न सांगता नकार. कारण काय सांगणार? कुणाला सांगणार?
कुणाला पटणार होतं?– आईवडिलांना पण कारण सांगितलं नव्हतं. सांगणं शक्यच नव्हतं.
लोथे येणार त्याच्या आदल्याच दिवशी योगिनी भेटली होती. कॉलेजचा आणि आपला निरोप घ्यायला आली होती. त्याच दिवशी ती नसीरखानबरोबर मुंबईला जायची होती. कॉलेजच्या गॅदरिंगमध्ये नसीरखानचं सतारवादन झाल्यापासून ती नसीरखानच्या प्रेमात पडली होती. प्रिन्सिपॉलपासून सर्वांनी

तिचं मन वळवण्याचा प्रयत्न केला होता; पण तिनं कुणाचंही ऐकलं नव्हतं. अख्ख्या कॉलेजात योगिनी गाजून राह्यली होती. तिच्यासाठी झुरणाऱ्यांची वाचा आपोआप बंद झाली होती.

रमावर तिचा अपार जीव. तिच्या ह्या प्रेमप्रकरणात उपदेशकाची भूमिका न घेतलेली रमा ही एकमेव व्यक्ती होती.

दोघी एकमेकींना कडकडून भेटल्या.

"योगिनी, तू काय ठरवलं आहेस?"

"काही नाही."

"असं कसं होईल?"

"काय ठरवायचं? नसीरबरोबर ह्या एकमेव वस्त्रानिशी जायचं, एवढंच ठरवलंय."

"कुठे पण?"

"ते नसीर ठरवेल."

"तुमचं दोघांचं काहीतरी बोलणं झालं असेलच ना!"

"मुळीच नाही. मी सावलीसारखी तुझ्या पाठोपाठ असेन एवढंच मी त्याला म्हणाले, तो 'हो' एवढंच म्हणाला. तो कार्यक्रम करील तिथं तिथं भटकणार."

"घरी माहीत आहे?"

"नाही."

"तुला भीती वाटत नाही?"

"कशाची?"

"भविष्याची?"

"त्यात काय बाई भीती वाटायची?"

"तुला त्यानं टाकून दिली तर?"

"मी म्हणजे काय केळ्याची साल आहे काय?"

"तसं नाही, पण..."

"मला माझं स्वत:चं आयुष्य आहे, अस्तित्व आहे."

"योगिनी, उपदेश करीत नाही पण..."

"लग्न करून पुरुष बायकांना टाकीत नाहीत का? सिक्युरिटी, सेफ्टी एवढंच आयुष्य नाही, रमा. झोकून द्यायला शिकलं स्वत:ला की सुखच सुख. संसारात काय आहे? ताबेदारी, मुलं, आजारपण, शिक्षण, सुना, त्यांची बाळंतपणं. तेच, तेच, हाऊ मोनोटनस."

"तू म्हणतेस ते खरं आहे."

''नुसतं इकडे तिकडे पाहा. ह्या चक्राबाहेर काही घडतंय का? तूही लग्न
करताना खूप विचार कर.''

''योगिनी, सगळं पटतंय तुझं; पण अगदीच मुसलमान माणसाबरोबर
जातेस...''

''तो कलावंत आहे. त्याला जवळून पाह्यलं आहेस का?''

''मी कशी पाहणार?''

''बघच मग. इतका देखणा पुरुष मी आजवर पाह्यला नव्हता. त्याचे केस तर
इतके विलक्षण आहेत, की तो कलावंत नसता तरी केवळ त्याचे केस पाहून
मी त्याला पसंत केला असता.''

आकर्षक केसांचं योगिनीला किती वेड होतं हे रमाला माहीत होतं.

कॉलेजातल्या कोणत्याही मुलाबद्दल बोलताना ती प्रथम केसांबद्दल बोलायची.

दुसऱ्या दिवशी दिनानाथ लोथे तिला पाहायला आला तेव्हा डोक्यात
योगिनीचेच काही काही शब्द ठणठण वाजत होते.

संसार, बाळंतपणं, मुलं–आजारपण... तेच तेच.

ह्या 'तेच तेच'पणाची सुरुवात ह्या बघण्याच्या समारंभापासून होणार आहे
आणि रमानं नकार दिला.

नकाराचं कारण कुणाला सांगणार? कुणाला पटणार?

''तुम्ही चिवडा खा आणि मग विचार करा. विसरला असला तरी नवल
नाही. बारा वर्षं झाली.''

दीनानाथ लोथे म्हणाला.

रमानं त्याच्याकडे पाहिलं. ती किंचित हसली. त्याचा धीर चेपला.

''मी तुम्हाला ओळखलं ते डाव्या भुवईवरच्या त्या खुणेमुळे.''

रमा गप्प बसली.

बारा वर्षं झाली. काय काळ संपला.

काय काय घडलं?–

लोथेला आपण नकार दिला. सगळ्यांची बोलणी खाल्ली. लोथेमध्ये असं
नाकारण्यासारखं काय होतं? जे आडनाव जन्मभर लावायचं ते चांगलं नको?

आठच दिवसांनी योगिनी भेटली. नसीरखानचा जाहीर कार्यक्रम होता.

योगिनी भेटावी म्हणून रमा मुद्दाम तिकीट काढून गेली.

पूर्वीप्रमाणेच योगिनीनं कडकडून मिठी मारून आनंद व्यक्त केला.

''कशी आहेस?''

''कशी वाटते?''

"जरा सुटलीस."

"आठ दिवसांत?"

"हो म्हणजे, लग्न केलं असतंस नसीरशी तर लग्न मानवलंय असं म्हणाले असते."

"मी लग्नाच्या बायकोपेक्षा सुखात आहे."

"ती कशी?"

"गोष्टी सगळ्या त्याच असतात. क्रम तोच. व्यवहार तोच; पण दृष्टी निराळी असली की लज्जत वाढते."

"मला नाही बाई समजत काही."

"नुसती आजूबाजूला नजर टाक. माणसं पाहतात कशी बघ. मी जर नसीरची लग्नाची बाई असते तर ह्या नजरा निराळं बोलल्या असत्या. ॲट प्रेझेन्ट आय ॲम थ्रिल्ड."

"असेलही."

"प्रेम करून बघ. तेही चोरून. नाही झेपलं तर लग्न कुठंच जात नाही."

"परवा कटवलं मी एकाला."– हम भी कुछ कम नहीं अशा थाटात रमा म्हणाली.

"कोण होता?"

"लोथे आडनाव."

"लोथे? माय गॉड."

"तर काय? आडनावातच त्याचे साठ मार्क कापले गेले."

"बरं, केस कसे होते?"

"नकारच द्यायचा होता. मी कशाला पाहते आहे केस?"

रमानं नकळत समोर पाह्यलं.

लोथे आता मात्र खिडकीतून बाहेर पाहत होता. तेच बरं झालं. बारा वर्षांपूर्वी जे पाह्यलं नव्हतं ते आत्ता पाहायला मिळालं.

बारा वर्षांच्या काळानं आपल्या खुणा अन्यत्र उमटवल्या होत्या.

चेहरा जरा काळवंडलेला. काहीसा राकट. डोळ्याखालचा भाग काहीसा काळा पडलेला.

पण केस जसेच्या तसे.

काळेभोर-विपुल-वळणदार. कलप नक्की नव्हता.

रमा भानावर आली.

लोथे काहीतरी विचारीत होता.

"काही म्हणालात?"
"कुठं असता विचारलं."
"पुण्यातच."
"मिस्टर काय करतात?"
–रमा हसली.
"का हसलात?"
"बोरीबंदरपासून माझ्याकडे पाहताय् – एक समजलं नाही?"
"काय?"
"माझ्या गळ्यात मंगळसूत्र दिसलं का तुम्हाला?"
तो हसला.
"का हसलात?"
"कुंकू, मंगळसूत्र, पांढरं कपाळ ह्या खुणांवरून अंदाज करण्याचे दिवस कधीच संपले. संपूर्ण मोत्याच्या माळेत, मानेमागे वेणीखाली लपेल असा एकच काळा मणी असतो हल्ली. नवऱ्याचं संसारात स्थान किती आहे हे यावरून कळतं; पण नवरा आहे की नाही हे कळत नाही."
"मी अजून रमा कुलकर्णीच आहे आणि ही माळ फक्त मोत्याचीच आहे आणि त्याही पुढचं सांगायचं तर तीही खोटी आहे."

दोघं हसली, पण रमा लगेच गंभीर झाली.
"कारण नसताना स्थळ नाकारलं, जन्मभर मुरळी राहायचं आहे का?" आईनं चिडून विचारलं होतं.
कारण रमानं नंतरची चार स्थळं नाकारली होती.
ती मुरळी मात्र राहणार नव्हती. तिला थ्रिल हवा होता. योगिनीप्रमाणे ती आयुष्याचा निराळा हिशेब मांडणार होती.
प्राध्यापक शितोळ्यांना तिचं पहिलंवहिलं पत्र त्याप्रमाणे गेलंही होतं. पृथ्वीचं प्रेमगीत ह्या कवितेचं त्यांनी केलेलं रसग्रहण ऐकून तिला राहवलं नव्हतं. पुढचाच पिरीयड चुकवून, लायब्ररीत बसून, तिनं तिच्या आयुष्यातलं पहिलं प्रेमपत्र लिहिलं आणि लायब्ररीच्या शिपायाबरोबर शितोळ्यांना ते पाठवूनही दिलं. शितोळ्यांचं उत्तर येईपर्यंत ती तरंगत होती. देहानंच काय ती ह्या जगात वावरत होती आणि प्रत्यक्ष पत्र आल्यावर तर तिला सदेह वैकुंठाला गेल्यासारखं वाटलं.
पत्र त्या मानानं सामान्य होतं; पण ते आलं होतं ह्याला महत्त्व होतं. शितोळ्यांनी जनमत, समाज, बायको, परंपरा ह्या सगळ्यांचं आपल्यावर

किती बंधन, दडपण आहे ह्याची तिला जाणीव दिली होती आणि तरीही आपण ह्या पत्रानं हरवलो.
वीस वर्षांनं तरुण झालो– असं लिहिलं होतं.
पत्रव्यवहार वाढत गेला.
रूढी, परंपरा, बायको ह्यांसारखे शब्द कमी झाले.
रमाच्या पत्रांच्या भडिमारानं शितोळ्यांना पंख फुटले. जमिनीचं भय राह्यलं नाही.
मग संकेतस्थळी भेटीगाठी झाल्या.
मिठ्या झाल्या. आणाभाका झाल्या.
आणि मग बोभाटा झाला.
रमाला आईवडिलांनी नाइलाजानं सांभाळून घेतलं. 'अजाण पोर' ह्या विशेषणात ती सुटली.
शितोळे डँबिस ठरले. नम्रतेनं खाली झुकलेली त्यांची मान 'पाताळधुंडी' ह्या कॅटॅगरीतली ठरली.
मर्यादेबाहेर तोल गेलेला नसतानाही, सगळं केल्यासवरल्याचं पुण्य त्यांच्या बायकोनं त्यांना बहाल केलं.
आणि अशाच एका संध्याकाळी, एक अनोळखी गडी शितोळ्यांची चिठ्ठी घेऊन रमाकडे आला.
गडी अनोळखी होता, पण चिठ्ठी ओळखीची होती. शितोळ्यांनी आजवर रमाला जेवढी पत्रं लिहिली होती, ती सगळी परत मागितली होती.
ज्याची वस्तू त्याला परत करणं हिताचं होतं.
रमानं पत्रं परत केली.
त्यानंतर दोनच दिवसांनी, कॉलेजच्या गोदरेज लॉकरमधून रमानं पाठवलेली पत्रं पळवली असल्याचं शितोळ्यांना समजलं.
वाच्यताही करता आली नाही.

नंतर दोन दिवसांनी वर्तमानपत्रात बातमी झळकली. एका प्राध्यापकाचा आणि विद्यार्थिनीचा मनोरंजक पत्रव्यवहार क्रमशः वाचा.
शितोळे आणि रमा, दोघांचंही धाबं दणाणलं. सूत्रधार कोण ते समजेना.
शितोळ्यांनी संपादकाकडे धाव घेतली. त्यांनी निर्लज्जपणे 'सोर्स ऑफ इन्फर्मेशन नॉट टु बी डिसक्लोज्ड' म्हणून सांगितलं.
त्याच दिवशी संध्याकाळी रमाला आणखी एक चिठ्ठी मिळाली. फर्ग्युसन कॉलेजात दुसऱ्या फाटकापाशी तिला थांबण्याची सूचना त्या चिठ्ठीत होती.

रमा गेली. समोर चंद्रकांत टिपणीस उभा होता. कॉलेजातला क्लार्क. नोकरी आणि लॉचा अभ्यास, दोन्ही एकदम करीत होता.
शिवाय हे धंदे.
त्याच्या हातात पत्रांचा गठ्ठा होता. तो पुढे करीत तो म्हणाला,
"ही तुमची पत्रं. तुमची आणि शितोळ्यांची."
"तुम्ही पळवलीत?"
"होय."
"का पण?"
"मला हवी होती."
"हा शुद्ध नीचपणा आहे."
"एव्हरीथिंग इज फेअर इन वॉर अ‍ॅण्ड लव्ह."
"ह्याचा अर्थ काय पण?"
"ह्याचा अर्थ रमा मला तू हवी आहेस."
रमा गांगरली. क्षणभर तिला काय बोलावं काही कळेना. नंतर गप्प बसण्यासारखी ही बाब नाही ह्याचा तिला अर्थबोध झाला. ती चढ्या आवाजात म्हणाली,
"मला तू मुळीच नको आहेस."
"ते आपण ठरवू, पण रस्त्यावर नको. महत्त्वाची बाब आहे. हॉटेलात जाऊ या कोणत्या तरी."
"मला गरज नाही."
"पत्रं नकोत?"
"नकोत."
"शितोळ्यांना पण नको आहेत?"
रमा न बोलता मुकाट्यानं चंद्रकांतच्या पाठोपाठ जाऊ लागली. 'रमा कुलकर्णी ह्या नावाला समाजात तसं स्थान नव्हतं; पण प्राध्यापक शितोळे कुणीतरी होते. त्यांना पत्रं पाठवून ह्या व्यापात खेचलं ते आपणच. मोह निर्माण होऊनही तो पुरा करण्याचं धाडस नसलेला तो एक साधा जीव होता. त्याला आता वाचवता आलं तर वाचवणं आपलं कर्तव्य आहे.' हा सगळा विचार करीत रमा चंद्रकांतच्या पाठोपाठ जाऊ लागली. लकी रेस्टॉरंटमध्ये एका कोपऱ्यातली जागा त्यानं निवडली.
"बस इथं आणि शांतपणे विचार कर."
चंद्रकांत टिपणीस तसा बरा निघाला. त्याला खऱ्या अर्थानं रमा हवी होती. त्यानं सनद काढून स्वतंत्र व्यवसाय सुरू केला. रमाला ऑफिसात नोकरी

दिली.
घरी बायको. ऑफिसात रमा.
त्याच्या सहवासात चार-पाच वर्षं चांगली गेली.
आईवडिलांनी तेवढ्या काळात रमाचं नाव टाकलं होतं. आता नैतिक, तात्त्विक विरोध कुणाचाच असा राहिला नाही.
मुक्तकंठानं आयुष्य उपभोगण्यासंबंधी ज्या ज्या काही कल्पना होत्या, त्या सगळ्या प्रत्यक्षात उतरल्या होत्या.
ज्या जगाला, समाजाला रमा भिऊन होती तो समाज किती पोकळ, भुसभुशीत आणि दुर्बळ आहे, हे तिला चंद्रकांतच्या सहवासात समजलं.
विवाहित स्त्रीला तो जसा वागवतो तसाच तिच्यासारख्या स्त्रीला. चंद्रकांतचं समाजातलं स्थान जसं होतं तसंच होतं.
भानगड तर भानगड. तीही खुलेपणानं मांडली की समाज भानगडीसकट पुरुषाला आणि बाईला स्वीकारतो– एवढं नक्की.
समाज का स्वीकारतो?
त्यालाही कारण असल्याचं रमाला कळून चुकलं.
समाजाचे कोणतेही संबंध व्यक्तीत गुंतलेले नसतात म्हणून.
ज्याचा परिचय नाही तो तिऱ्हाईत. अशी तिऱ्हाईत मंडळी, ही खरी जनता. उरलेले परिचयाचे. ते काही ना काही कामापायी, स्वार्थापायी तुमच्याशी जखडलेले असतात. तुम्हाला दुखवणं हे त्यांना न झेपणारं असतं. त्यामुळे ते तुम्हाला भानगडीसकट स्वीकारतात.
राह्यली फक्त रमाची माणसं. ती नाइलाजानं गप्प बसतात.
जवळचं पण चमत्कारिक नातं असतं ते बायकोचं.
तिची जडणघडण, नातं भावनेच्या पलीकडच्या विश्वातलं. नवऱ्यानं मैत्रीण किंवा प्रेयसी करणं हा तिच्या भावनेवर, प्रेमावर, भक्तीवर आघात नसतो, तर तो तितकाच तिच्या अस्मितेवर असतो.
ते सहन करणं, तिच्याही शक्तीबाहेर असतं.
तेच झालं.
चंद्रकांतची बायको, एके दिवशी भर दुपारी ऑफिसात आली.
ऑफिसात कोण कोण आहे याचा विचार न करता तिनं रमाच्या चक्क झिंज्या पकडल्या. वडारणींनी लाजून खाली माना घालाव्यात असा हिसका तिनं रमाला दाखवला.
चंद्रकांत टिपणीस, बी.ए., एल.एल.बी., त्या क्षणी शांत बसून तो प्रकार पाहत होता.

रमाला ऑफिसच्या बाहेर घालवून देऊन चंद्रकांतची बायको मधल्या दरवाजात उभी राह्यली. टेबलाच्या खणातली पर्स घेण्याची सवलतही तिनं रमाला दिली नाही.

रस्त्यावर येऊन रमा सुन्न उभी राहिली. तिला काय करावं, कुठं जावं कशाचाच उलगडा होईना. झालेला हल्ला इतका अनपेक्षित होता की हल्ल्यापेक्षा, अनपेक्षितपणाचा मारच जास्त गंभीर होता. क्षणभर तिला ग्लानीच आल्यासारखं झालं.

अशा अवस्थेत ती उभी होती. तेवढ्यात शामलाल, चंद्रकांतच्या ऑफिसातून बाहेर आला. घडलेल्या प्रकारातला तो एक साक्षीदार.

रमाला पाहताच तो पुढे झाला. कुणाचाही आधार फार जवळचा वाटावा अशाच मन:स्थितीत रमा होती.

तिला रडायला आलं. शामलालनं तिची समजूत घातली. नंतर तिला मोटारीत बसायला सांगितलं.

ड्रायव्हरला गाडी ऑफिसकडे घ्यायला सांगितली.

शामलालच्या रूपाने रमाला समाजातला आणखी एक घटक समजला. एक घटक तिऱ्हाईत. दुसरा परिचयाचा. तिसरा घटक- रक्ताचा. चौथा घटक बायको आणि पाचवा शामलाल ग्रुप.

भानगडीचे संबंध समाज का स्वीकारतो ह्याचे अगदी वेगळे उत्तर म्हणजे शामलाल. रमासारखी बाई एकदा बाहेर पडली की ती माळावरची माती. ही माती केव्हा ना केव्हा आपल्याही वाटणीला येईल. तेव्हा गप्प बसावं. दूरदृष्टीनंही माणसं काही बोलत नाहीत.

पुन्हा अशाच तऱ्हेचं जीवन जगण्यावाचून रमाला गत्यंतर नव्हतं.

गेल्या बारा वर्षांत ही अशी परवड झाली.

लग्न म्हणजे जुगार. त्याच्या वाटेला आपण गेलो नाही. योगिनी आणि आपण निराळ्या प्रकारचा जुगार खेळलो. पण त्यात ती जिंकली, आपण रखडलो. काल अचानक भेटली.

टेचात इम्पालामधून उतरली. आपण केमिस्टच्या दुकानात बावळटासारख्या पिशवी घेऊन उभ्या.

सेल्सगर्ल म्हणून कितीही आकर्षक राहण्याचा प्रयत्न केला तरी दाराशी इम्पाला बाळगणाऱ्या बाईशी बरोबरी कशी होणार? पण तशाही परिस्थितीत योगिनीनं कडकडून मिठी मारली. गळ घातली आणि तिच्या गाडीतून ती

आपल्याला मुंबईला घेऊन गेली. आठ दिवस आपण तिच्याकडे राहणार होतो; पण काही तासांनी आपण तिथून पळालो.

सगळ्या अंगाची ह्या क्षणी लाही लाही होत आहे. गत आयुष्याचा हा पश्चात्ताप नव्हे. स्वच्छंदी जीवन उपभोगून, नाना धंदे करून योगिनी जिंकली. तिनं घबाड मिळवलं आणि आपण ह्या अशा रखडलो.

जिवाची घालमेल आणि तगमग होत आहे ती त्यामुळं.

वेळ भरून काढायला म्हणून गाडी जोरात धावत होती. मध्येच लोथेनं विचारलं,

''पुण्याला उतरणार की शिवाजीनगरला?''

''शिवाजीनगर– तुम्ही?''

''मला पुणंच जवळ पडतं. रास्ता पेठेला जायला.''

''अजून रास्ता पेठेतच आहात?''

''हो.''

''मला वाटलं, एव्हाना तुम्ही...''

''बरोबर आहे तुमचा तर्क. तसं सगळं घडणार होतं. माझी बदलीही मुंबईला व्हायची होती. ऑफिसतर्फे क्वार्टर्स, ऑफिसची गाडी हे सगळं मिळायचं होतं.''

''मग?''

''त्यासाठी फार काहीतरी विकावं लागणार होतं. थोडी हां जी, हां जी, खुशमस्करी... वगैरे वगैरे, हे करायचं नव्हतं. मग मागची माणसं पुढं गेली. माझ्या खांद्यावर ती उभी आहेत. मोटारीतून फिरतात. त्यांची कामं मी करतो.

आठवड्यातून तीन वेळा मुंबईला पाठवतात मला; पण मुंबईत क्वार्टर्स देत नाहीत.''

''तुम्ही रिप्रेझेंट करत नाही?''

''नाही करत. एकदा तसे विचार मनात येऊन गेले; पण त्याच वर्षी बायको वारली. घर खायला उठलं. मागं पाश उरला नाही. प्रवासात वेळ बरा जातो. पहिल्या वर्गाचा भत्ता मिळतो. पण मला जनता क्लास बरा वाटतो. माणसं भेटतात. इथं एकमेकांशी बोलता येतं. पहिल्या वर्गात माणसं भेटत नाहीत. कपडे भेटतात.''

लोथे समाधानी वाटला. एकटा आहे तरी मजेत असावा.

एकटी माणसं सुखी होऊ शकतात?–आपल्याला जिणं नकोस वाटत केव्हा केव्हा.

शामलालला सोडून दीड वर्षं झालं. सेल्सगर्लची नोकरी ठीक आहे. वडील बसून आहेत सध्या. आपल्या पगारावर जगताहेत म्हणूनच ते आपलं मन सांभाळताहेत. मी वेश्या व्यवसाय केला सरळ सरळ तरी ते गप्प बसतील.

अब्रूपेक्षा भूक मोठी!

योगिनीनं मैदान जिंकलं. रंगढंग करूनही संसार जोडला. इम्पालामधून तीन तासांत मुंबईला पोहोचलो. पोटातलं पाणीही हललं नाही.
चर्चगेटसमोर सहा मजली इमारतीत सहाव्या मजल्यावर ती घेऊन गेली.
आपण बावळटासारखं विचारलं, ''भाडं किती?''
–ती आख्खी इमारत कपूरचंदची होती. सहावा मजला त्यांच्याकडे होता.
घरात दोन मांजरं, दोन काकाकुवा, एक मोठा अॅल्शेशियन, तीन नोकर, एक स्वयंपाकी, दोन हजार स्क्वेअरफुटाचा ब्लॉक, रेकॉर्डचेंजर, टेपरेकॉर्डर, स्टिरिओसिस्टिम रेडिओ, अॅक्वेरियम... काय काय पाहणार?–
डोकं भणभणायला लागलं.
योगिनीनं सरळसरळ लग्न केलं होतं. तिचे अनुभव ती तावातावानं सांगत होती. लग्न करायचं मुख्य कारण सांगताना ती म्हणाली,
''रमा, असा अनुभव आला, की लग्नबाह्य संबंध फार लवचिक असतात. फार क्षुल्लक कारणानं ते तुटू शकतात.''
''योगिनी, पुरुष हा प्राणीच चमत्कारिक. त्यांना बायकोनं मैत्रिणीसारखं वागावं असं वाटतं आणि मैत्रिणीनं बायकोसारखं राबावं असं वाटतं.''
''त्यालासुद्धा माझी हरकत नव्हती. शरीरसुख न देणाऱ्या बाईला पुरुष जवळ करत नाही असा माझा अनुभव आहे. मलाही मजा हवीच होती, हे मी पण नाकारीत नाही. पण रमा, गंमत अशी की मैत्रिणीला पुरुष लगेच दूर सारू शकतो. बायको कशीही वागली तरी तिला तो टाकीत नाही.''
''लाखातलं बोललीस. बायकोशी दोन दोन महिने अबोला धरतात; पण तरी तिला घरात ठेवतात.''
''म्हणूनच ठरवलं, की आता लग्न करायचं. कपूरचंदला सरळ सांगितलं नो फ्रेण्डशिप बिझनेस. आय वॉंट मॅरेज. तो लग्न करेपर्यंत त्याला स्पर्शसुद्धा करू दिला नाही.''
''कपूरचंद काय करतात?''
''कुलाब्याला डिपार्टमेंटल स्टोअर आहे. आता येईल तो जेवायला.
त्याच्याबरोबर जाऊ दुकानात.''
दोघींनी मनसोक्त गप्पा मारल्या.
योगिनीला 'हेअर डू' करायला मेरी नावाची एक स्पेशॅलिस्ट आली. तिनं योगिनीकडून आसनं, व्यायाम करून घेतला. तिला मॉलिश केलं. 'फेशियल' केलं. भुवया कापून तिला आकार दिला आणि योगिनीबरोबर रमाची पण

हेअरस्टाईल करून दिली. दोघींनी मग स्टीम बाथ घेतला.
बरोबर एक-दीड वाजता कपूरचंद घरी आले. त्यांना पाह्यल्याबरोबर, रमाला तिथल्या कोचाचा आधार घ्यावा लागला.
अवाढव्य सुटलेल्या शरीराचा तो एक जणू काही ढगच होता. गुजराथी पद्धतीचं जमिनीवर लोळणारं धोतर, वर पोटावर तरंगणारा शर्ट, त्याच्यावर तितकाच तरंगणारा जोधपुरी कोट आणि शर्ट व कोटाला न जुमानता बेगुमानपणे पुढे आलेलं पोट. सहाव्या मजल्यावर लिफ्टनं येऊनही त्याला धाप लागली होती. मान नावाचा अवयव नव्हता. हनुवटीखाली दुसरी हनुवटी उगवून ती जणू छातीला चिकटत होती. एवढ्या अफाट देहाला ऑक्सिजन पुरवण्याचं काम नाकाच्या शक्तीबाहेरचं होतं की काय म्हणूनच तोंड काहीसं उघडं होतं. कपाळावर आलेला घाम पुसायला त्याला सवड नव्हती किंवा एनर्जी नव्हती. डोक्यावरची गांधी कॅप त्यानं तिथल्या कोचावर भिरकावली. त्याच्या डोक्यावर औषधालाही केस नव्हता. कपूरचंद घरात आल्याबरोबर योगिनी एखाद्या पक्ष्याप्रमाणे त्याच्याभोवती चिवचिवाट करू लागली.
आणि एकाएकी रमाला उबग आला.
तिला तिथं क्षणभर थांबवेना. अन्नावरची वासनासुद्धा उडाली. सगळी गात्रं बधिर झाली. तिचा जीव गुदमरू लागला.
तिची एकूण एक अवस्था योगिनीनं जाणली. रमाच्या मनात तिच्याबद्दल, स्वत:बद्दल, एकूण आयुष्याबद्दलच काय काय वादळे चालत असतील हे तिनं ओळखलं.
पानावरून ती मध्येच का उठली हेही तिला कळलं.
''संध्याकाळच्याच गाडीनं जाते.'' असं तिनं म्हणताच योगिनीनं 'का?' असाही प्रश्न विचारला नाही.
सी.एम.ई.चा टॉवर दिसायला लागला.
पुणं आल्याची ती खूण होती.
आज तोंड वगैरे धुण्याची गरज नव्हती. योगिनीच्या घरी केलेली हेअरस्टाईल जशीच्या तशी होती.
शिवाजीनगर आलं. रमा उतरण्यासाठी उठली.
''एक मिनिट थांबा.'' –लोथेनं तिला विनंती केली. रमा थांबली.
''बारा वर्षांपूर्वी विचारलेला प्रश्न मी पुन्हा विचारू का?''
रमाचं पाऊल तिथंच खिळलं.
''विचार करून सांगा, पण विचार करण्यासाठी फार वेळ मागू नका.''
''उद्या सकाळी भेटते.'' –रमा म्हणाली.

“होकार असेल तरच या. तेही नऊच्या आत.”
लोथेनं पुणे स्टेशनवर जाण्याचा विचार त्या क्षणी बदलला. त्याची छोटी बॅग घेत तो रमाबरोबरच उतरला.
रिक्षा स्टँड येईपर्यंत त्यानं रमाला संपूर्ण पत्ता सांगितला. “वाट पाहीन.”
‘वाट पाहीन.’ –असं तो दहा वेळा म्हणाला.
त्याची अगतिकता आणि ओढ रमाला जाणवली.

ऑफिसात ‘हां जी’ करायला तयार नसलेला लोथे ह्या क्षणी पार वाकला होता. रास्ता पेठेतला तो वाडा रमाला चटकन सापडला. त्या वाड्याचा पुढचा भाग, रस्तारुंदीसाठी पाडला होता. लोथेनं तीच मुख्य खूण सांगितली होती. मधल्या चौकातूनच समोरच्या दरवाजावर दीनानाथ लोथे ही खडूनं रंगवलेली अक्षरं तिला दिसली.
वाड्याच्या बिऱ्हाडाबिऱ्हाडातून डोळे तिच्याकडे वळले होते.
लटकणारी कडी तिनं हलक्या हातानं वाजवली.
‘आलो, आलो!’ असा प्रतिसाद आतून आला.
प्रसन्न आवाजात लोथे ‘या’ म्हणाला.
ती एकच खोली होती पण मोठी होती. त्या मानानं बरी होती. एका कोपऱ्यात स्वयंपाकाचा ओटा. पलीकडे मोरी. ओट्याच्या रांगेत एक कॉट. शेजारी टेबलफॅन. एक गोदरेजचं कपाट. समोर फळ्या. त्यावर मोजकी पुस्तकं आणि त्या खोलीत काहीसा विसंगत वाटणारा असा, पुस्तकाच्याच फळीवर उरलेल्या जागेत ठेवलेला व्हीनसचा अर्धनग्न पांढरा पुतळा.
लोथेची आत्ताच अंघोळ झाली होती. पांढरा झब्बा आणि लेंगा ह्या पोशाखात तो आता आरशासमोर उभा राहून भांग पाडीत होता. त्याच्या दाट, काळ्याभोर केसांत कंगवा वारंवार अडकत होता.
रमाला त्या क्षणी कपूरचंद आठवला. तुळतुळीत डोक्याचा.
आणि मग सहा मजली इमारत, दोन हजार स्क्वेअर फुटांचा ब्लॉक, इम्पाला या सगळ्यांचा तिला विसर पडला.
ती लोथेकडे पाहतच राहिली. भरलेल्या डोळ्यांनी. भारावून, मंत्रमुग्ध होऊन. तो हाताला, कंगव्याला झटके देत भांग पाडीतच होता.

♦

वर्तुळातला त्रिकोण

५

ओळीनं समोर मांडून ठेवलेल्या सात-आठ सतारींमध्ये चांगली कोणती आणि वाईट कोणती हे मला खरोखरच ठरवता येत नव्हतं! माझं संगीताचं ज्ञान किती थिटं आहे हे सांगायला शब्दही थिटे पडतील. घरून निघताना मी अरविंदला म्हणालो होतो, 'तरफा, तारा, पडदे, भोपळा आणि किंमत ह्यांतली मला फक्त किंमत समजलं; बाकी एखाद्या दुकानदारानं सतार सांगून दिलरूबा जरी गळ्यात मारला तरी मी खूश होईन.'

एवढं सांगूनही तो म्हणाला होता, 'तरी मला तू बरोबर हवासच.'

आम्ही दोघंही त्या प्रांतात नवखे मुशाफीर हे ओळखायला सराईत दुकानदाराला वेळ लागला नाही. शेवटी त्यानंच आपणहोऊन विचारलं, "साहेब, सध्या सतार शिकण्यासाठीच हवी आहे ना?"

अरविंद 'हो' म्हणाला.

"मग असं करा, सध्या दीडशे-दोनशे रुपये घालवू नका. संध्याकाळी या. एका गृहस्थाला त्याची सतार विकायची आहे. गरजू आहे. अडलेला आहे. सराईत हाताखाली वाजलेली आहे. तेव्हा संध्याकाळी या, व्यवहार आपल्या बाजूनं होईल."

"कसं काय, अरविंद?"

"फारच छान! थँक्स फॉर द सजेशन."

दुकानदाराचे पुन्हा एकदा आभार मानीत आम्ही बाहेर पडलो.

"सतार कुणाकडे शिकतोस सध्या?"

"अरे, मागचाच तो रड्या क्लास. नाइलाज म्हणून शिकतोय. तुझा कोण मित्र आहे त्याच्याकडे, तो शामप्रसाद का कोण तो– क्लासेस घेतो म्हणालास – तिकडे तू मला अजून नेतोच आहेस!"

५४ । का रे भुललासी

"त्याला मीच जबाबदार का? तुम्ही चार-चार महिने दडी मारून बसा आणि वर आमच्याच नावानं वाजवा. माझं रे काय? मी तुला आत्ता घेऊन जातो हवं तर! मीही विनाला भेटलो नाही खूप दिवसांत!"
"चल, आत्ताच जाऊ या. भेटेल ना घरात?"
"अंदाज आहे."

"काय साहेब, आज कुठं वाट चुकलात?" आम्हाला पाहून विनायकनं साश्चर्य विचारलं.
"चुकलेली माणसं इकडे येतात का?" –विनायकचा हल्ला त्याच्यावरच परतवीत मी विचारलं.
"काही काही वेळा येतात काही चुकलेली माणसं!"
"कुटुंब कुठं आहे?" मी स्वयंपाकघरात डोकावीत विचारलं.
"माहेरगमन."
"मध्येच एकदम?"
"हूऽऽ, चुकून आल्याची जाणीव झाली की बायका पळतात माहेरी."
"आणि तो सतारिया? तो कुठाय? त्याच्यासाठी आलो आज!"
"खूपच लवकर आठवण झाली म्हणायची त्याची!"
"ह्याच्यासाठी आलो मुद्दाम आज, हा माझा मावसभाऊ अरविंद आणि हा माझा मित्र विनायक, ह्यालाच सतार शिकायची आहे म्हणून म्हटलं, शामप्रसाद आणि तू दोघांना भेटावं."
"फार उशिरा आलास."
"म्हणजे?"
"शामप्रसाद गेला घर सोडून. तोही वाट चुकलेलाच, तेव्हा..."
"असं कोड्यात बोलू नकोस. नीट सविस्तर सांग."
काहीतरी सांगण्याच्या तयारीनं विनायक आमच्या शेजारी बसत म्हणाला, "एक वर्षापूर्वी हा माणूस मला सापडला. एके ठिकाणी सतार वादनाचा कार्यक्रम होता. एका हितचिंतकाने एक तिकीट गळ्यात मारलं. सहसा मी असल्या कार्यक्रमांना जात नाही. संगीताचं मला एवढं वेड पण नाही. कसा कुणास ठाऊक, पण त्या दिवशी एखाद्या संगीतप्रेमी माणसाप्रमाणं कार्यक्रमाला गेलो. त्यानं काय वाजवलं, ठुमरी की गत, द्रुत का विलंबत, राग का रागिणी मला काही समजलं नाही; पण आवडलं फार! खूपच भारावून गेलो. कार्यक्रम संपल्यावर बाहेर पडलो. समोरच्याच टॅक्सीला हात

केला. तोच एक गृहस्थ शेजारी येऊन म्हणाला,
''साहेब, एक उपकार कराल का?''
मी नुसतंच त्याच्याकडे पाहिलं. फाटक्या अंगाचा, जेमतेम साधारण कपडे, दीनवाणी मुद्रा, पैसे हवे असतील ह्या कल्पनेनं माझा हात खिशाकडे गेला.
''साहेब, मला पैसे नकोत. लक्ष्मी रोडनं जाणार असाल तर वाटेत सोडा.''
''चला!''
आम्ही दोघं टॅक्सीत बसलो.
''तुम्हाला कार्यक्रम आवडला आजचा?'' त्यानं मला विचारलं.
''तुम्ही आला होतात?''
''होय.''
''मग मला दिसला नाहीत कुठं?''
''बाहेरूनच ऐकला कार्यक्रम. मला असले कार्यक्रम अगदी मांडी मोडून बसून ऐकायला आवडत नाहीत.''
''मी त्याच्याकडे पाहिलं. अगदी साफ-साफ खोटं बोलत होता तो असं वाटलं मला!''
''कशावरून रे?'' – मी मध्येच विनायकला प्रश्न केला.
''चांगलं पाच रुपयाचं तिकीट होतं कार्यक्रमाला. त्याच्या कपड्यावरून आणि एकंदर अवस्थेवरून म्हटलं, हा काय तेवढं तिकीट काढणार? पुढं ऐक. खरी मजा नंतरच आहे. त्यानं मला विचारलं,
''शेवटची गत तुम्हांला आवडली का हो?''
आता माझी फजिती होती. क्षणभर मी विचार केला आणि ठोकून बोललो,
''नाही!''
''तेच म्हणतो मी. मलाही नाही आवडली. त्याचा उठाव जरा निराळ्या पद्धतीनं व्हायला हवा होता.'' असं म्हणून त्या प्राण्यानं अशा गप्पा मारायला सुरुवात केली, काही विचारू नकोस.
''आणि त्याही तुझ्यासारख्या गद्य माणसाशी!'' – मी मध्येच बोललो.
तेवढ्याच आवेशानं विनायक पुन्हा सांगू लागला,
''होय ना. मला तर अक्षर कळत नव्हतं त्यातलं. तो मात्र तळमळीनं सांगत होता आणि मला जर काही नंतर आवडू लागलं तर त्या बोलण्यापेक्षा त्यामागची तळमळच. बोलायचं म्हणून मी बोललो,
''तुमच्याएवढे संगीतातले बारकावे मला समजत नाहीत.''
तो पटकन म्हणाला, ''मला समजतात ह्याचं कारण मी स्वत: सतार वाजवतो.'' मध्ये काही वेळ शांततेत गेला.

पटकन तो म्हणाला, ''गाडी थांबवा इथं.''
माझंही घर तिथून चालत जाण्याच्या अंतरावर होतं. त्याच्याबरोबर मीही तिथंच उतरलो.
''तुमचे फार उपकार झाले. आता एकच विनंती. आताची वेळ योग्य नाही त्याची मला कल्पना आहे तरी विचारतो, दहाच मिनिटं माझ्या खोलीवर येता का? फक्त दहा मिनिटं याच.''
मी विचारात पडलो. तो आर्जवी स्वरात बोलावत होता. एका बाजूला नेऊन हा आपल्याला धोपटील का, अशी मला शंका येत होती. त्यानं पुन्हा विनवलं. त्याच्या आर्जवी स्वरानं मला जिंकलं. अभावितपणे मी म्हणालो, ''चला!''
''एका बोळकंडीवजा रस्त्यावरून तो एका इमारतीजवळ मला घेऊन गेला. ती इमारत म्हणजे बांधकामाचा एक और नमुना होता. त्या इमारतीचा कोणताही भाग मनात येईल तेव्हा जागा सोडून खाली येण्याच्या परिस्थितीत होता. तो प्राणी मला जिन्याखालच्या एका कुबट खोलीत घेऊन गेला. खोली कसली म्हणा, त्याला पोकळीच म्हटली पाहिजे. तो सरळ आत गेला आणि म्हणाला, ''साहेब, खोलीत दिवा नाही. अंधारात मला सगळं दिसतं. तुम्हाला दिसणार नाही तेव्हा तिथंच बसलात तरी चालेल.''
मनातल्या मनात शिव्या देत मी तिथंच पायरीवर बसलो.
''अगदी और प्राणी आहेस. अगोदर तुला त्याचं ऐकावंसं कसं वाटलं ह्याचंच मला नवल वाटतंय. पुन्हा त्यातल्यात्यात एवढ्या रात्री!'' मी न राहवून मध्येच बोललो.
''अरे, त्या गोष्टीचं आश्चर्य आज एक वर्षानंतर मलाही वाटतं आहे. तेव्हा मात्र त्याचं ऐकावं असं वाटलं खरं! नंतर त्याच जिन्याखालच्या अंधाऱ्या खोलीत बसून त्या प्राण्यानं मला तासभर सतार ऐकविली. रस्त्यावरच्या कंदिलातून येणाऱ्या अंधुक उजेडात बसून मी ऐकत होतो. त्यानं काय वाजवलं, त्या दोघांच्या वाजवण्यात शास्त्रीयदृष्ट्या काय फरक होता, हेही मला सांगता येणार नाही; पण वाजवण्यातला गोडवा विचारशील तर उपमेसाठी शब्द सापडणार नाहीत. ती कुबट खोली, अनोळखी अंधारी जागा आणि त्या वेळी झालेला उशीर ह्या सर्वांचा मला विसर पडू शकला. एखादा संगीतप्रेमी स्थळकाळाचं भान विसरता तर ते आश्चर्य नव्हतं; पण संगीताची फारशी आवड नसलेल्या एका गद्य माणसाला त्यानं गुंतवून टाकलं हे विशेष आहे.''
''साहेब, अशा तऱ्हेने त्यानं शेवटी वाजवायला हवं होतं असं नाही आपल्याला वाटत?''
त्याच्या ह्या प्रश्नासरशी मी भानावर आलो आणि नकळत म्हणालो,

"होय! तुम्ही इथंच राहता काय?"

"राहत होतो."

"म्हणजे?"

"आजच मालकांनी जागा सोडायला सांगितली आहे."

"मग इथून कुठं जाणार?"

"दुसरा कुठला तरी जिना बघायचा." तो अगदी सहज म्हणाला आणि जितक्या अनपेक्षितपणे मी त्याच्या खोलीवर गेलो तितक्याच अनपेक्षितपणे माझ्या तोंडून शब्द गेले. "असं करू नका, माझ्याकडे या."

"साहेब..."

"साहेब वगैरे काही नाही. सकाळी माझ्या घरी या. पुढं काय करायचं ते पाहू." त्याला माझा पत्ता देऊन मी त्याचा निरोप घेतला.

–माझं औत्सुक्य शिगेला पोचलं होतं. अरविंद पण भारावून ऐकत होता. अधीरपणे मी विचारलं, "बरं मग पुढं?"

"झोपेची वेळ टळून गेल्यामुळे झोप येत नव्हती, डोक्यात त्या माणसाचेच विचार सारखे येत होते. त्या माणसाला आपण आसरा द्यावा काय? नेहमी आपण आरडाओरडा करीत असतो की कुणीतरी अशा लोकांना मदत करावी. त्यांच्यातली कला मरू देऊ नये. मनात विचार येत होता, 'आपणच त्या कुणीतरीपैकी का होऊ नये? एका कलावंताची शक्ती जन्मभर पोट कसं भरायचं ह्या विवंचनेत वाया जाऊ नये. काही दिवसांसाठी आपण त्यांच्या पोटाचा प्रश्न सोडवला तर त्या कलेचं जतन होईल का?'

"एकदा वाटायचं, आपण हे धाडस करावं. एकदा वाटायचं, उगीच भावनेला बळी पडू नये. आपण दिलेल्या संधीचा त्यानं दुरुपयोग केला तर? पुन्हा मनात यायचं, तो आणि त्याचं नशीब. तो काही का करेना? आलाच नावारूपाला तर त्यालाही फायदा होईल आणि आपल्यालाही. आपण काहीतरी करू शकतो ह्याचं प्रत्यंतर येईल. ह्यातून जे काही होईल ते चांगलंच होईल. आपली श्रद्धा अगदीच असफल नाही व्हायची. अशा तऱ्हेचा आशावाद मनात मूळ धरू लागताच मी निर्णय घेतला, हे धाडस आपण करायचंच.

"दुसऱ्या दिवशी नऊ वाजताच तो प्राणी सतार घेऊन हजर झाला. चहापाणी झाल्यावर मी त्याला म्हणालो,

"हे तुमचं घर. ह्या तुमच्या वहिनी. वाटल्यास बहीण माना. ही माझी दोन मुलं. माझ्याकडे ह्या दोनच खोल्या आहेत. त्यातला हा उजवीकडचा कोपरा तुमचा. त्यात सतार ठेवायची. आजपासून एक वर्षाकरिता हे घर तुमचं. जेवणखाण, अंघोळ, चहापाणी सर्व काही इथं होणार तुमचं. एक वर्षानं तुम्ही तुमची सोय

निराळी करायची. तोपर्यंत काहीही उद्योग करा. वाटल्यास ह्या खोलीत सतारीचा क्लासही चालवा. माझी कोणत्याही गोष्टीला हरकत नाही.''

तो स्तंभित होऊन ऐकत राहिला. त्याचा त्याच्या कानावर विश्वास बसेना. क्षण दोन क्षण तो नुसता बघत राहिला. मग एकदम माझ्या पायावर पडला. मी चटकन त्याला उठवलं. तो म्हणाला,

''साहेब, हे कसं शक्य आहे? मी कोण, आपण कोण?''

''त्याचा विचार मी केला नाही.''

''मी उद्या चोरी करून पळालो तर!''

''माझी परीक्षा चुकली असं समजेन मी आणि माझ्याकडे चोरी व्हायचीच असली तर ती तुम्हीच करायला हवी असंही नाही.''

''मला खूप व्यसनं आहेत.''

''मी फक्त गुणांकडे लक्ष दिलं आहे.''

''साहेब, आपली ही तपश्चर्या फुकट जाईल, मी माणसांत येणं फार कठीण आहे.''

''इतर कुणापेक्षाही माझी माझ्या कार्यावर, ध्येयावर श्रद्धा आहे ती फुकट जाणार नाही.''

''तुमची घरातली मंडळी...''

''माझी बायको खऱ्याखुऱ्या अर्थानं माझी अर्धांगी आहे. ह्या घरात माझा शब्द म्हणजे सगळ्या कुटुंबाचा शब्द.''

''मी तुम्हाला ह्याच्या बदली काहीच देऊ शकणार नाही.'' शामप्रसाद अजिजीनं म्हणाला. पूर्वीच्याच ठामपणानं मी म्हणालो, ''तुमच्याकडून सध्या कसलीच अपेक्षा नाही आणि पुढेही राहणार नाही. भविष्यकाळात माझं नाव घेतल्यावर तुम्ही क्षणभर थबकलात तरी मला ते पुरेसे होईल. तुम्ही माझ्या खाजगी व्यवहारात लक्ष घालू नका. मी तुमच्या घालणार नाही. एक वर्षानं तुम्ही आणि मी कोणत्याही परिस्थितीत असलो तरी आपण विभक्त व्हायचं!''

''बरं मग?'' – मी अगदी नवलानं विचारलं.

''ह्याच अटीवर आमचा व्यवहार चालू झाला. फार गंमतीदार स्थित्यंतरं घडली त्या सबंध वर्षात. निरनिराळ्या व्यक्तींनी आपापल्या स्वभावातल्या निरनिराळ्या छटा दाखवल्या. एखादं अचाट साहस करताना आपल्या बायकोचं आपल्याला कितपत साहाय्य मिळतं ह्याचा अनुभव आला, तोंडावर 'वहाव्वा' करणारे, पाय खेचणारे, सावधानतेचा नकली इशारा देणारे, फाजील काळजी दाखविणारे आणि मनापासून कौतुक करणारे–एक नो दोन, अनेक प्रकार बघायला मिळाले. तुमच्या बायकोला घेऊन हा पळून जाईल, दिवसभर हा घरात असतो. तुम्ही

बाहेर असता, त्याचा काय नेम–इथवर लोकांनी तारे तोडले. हा आजारी पडला
तर ह्याचं कोण करणार ह्याची चिंता अनेक लोकांनी केली. माझी आर्थिक
परिस्थिती ही तर कित्येकांची जिव्हाळ्याची डोकेदुखी ठरली. सुरुवातीसुरुवातीला
मीही बावचळून गेलो होतो. तेव्हा माघार घेणं शक्य नव्हतं; पण स्वत:च्या
तोंडानं जरी स्वत:चा पराभव कबूल केला असता तरी कुणीही खरी सहानुभूती
दाखवून मनाचा मोठेपणा दर्शविला नसता. तसाच धीर धरला. हळूहळू समाधान
वाटू लागलं. काहीतरी मिळवतो आहे असं सारखं वाटू लागलं. माझीच
माझ्यावर श्रद्धा बसू लागली. खऱ्या श्रद्धेपोटी गवसणारं समाधान माझ्या
वाट्याला येऊ लागलं आणि मग कोणत्याच गोष्टीचा खेद करावासा वाटेना.
कुणाचंही बोलणं मनाला लागेना.''

क्षण, दोन क्षण एक विचित्र तऱ्हेची शांतता खोलीत पसरली. विनायक उठून
गॅलरीत गेला. अरविंद माझ्याकडे पाहून हसला. मी त्याला काही न
विचारताच तो म्हणाला,

''अजब आहे एक एक!''

विनायक आत आला. त्याच्याकडे पाहत मी म्हणालो,

''मला तुझ्यापेक्षाही तुझ्या मिसेसचं अधिक कौतुक वाटतं. तू दिवसांतले फार
थोडे तास घरी असायचा. दिवसभर क्लासची कटकट, माणसांची अव्याहत
ये-जा आणि नाही म्हटलं तरी शामप्रसादला काही भल्याबुऱ्या सवयी असणार,
ह्या सर्वांची झळ तुझ्यापेक्षा वहिनींनाच जास्त लागली असणार.''

''तिची मदत तर नि:संशयच. ती ह्या योजनेला सुरुवातीला तयार नव्हती.''

''नसणारच. बायका जेवढ्या व्यवहारी असतात, तेवढे पुरुष नसतात. आपल्या
संसारात काय काय उणिवा आहेत, आपली धाव केवढी आहे– सीमारेषा
कोणत्या अंतरावर आहेत, ह्याची जाणीव आपल्यापेक्षा बायकांना जास्त असते
आणि त्याहीपेक्षा आपल्याला इतरांशी काय करायचं आहे असा त्यांचा रोखठोक
सवाल असतो. ध्येयासाठी वेडे होणारे पुरुषच. अरे, प्रेम करतानाही बायका
हातचं राखून प्रेम करतात आणि त्यांनी जेवढं दिलंय त्याला आपण, 'सर्वस्व
बहाल केलंन् की रे तिनं!' असं म्हणत पागल होतो.''

–मी विनायकची प्रतिक्रिया काय होते ते पाहत म्हणालो,

''तू म्हणतोस ते बरोबर आहे सगळं, पण झळ म्हणशील तर तिच्याइतकीच
मीही सोसली आहे. काहीच स्वतंत्र अस्तित्व नाही, प्रायव्हसी नाही आणि...''
तो गप्प बसला. वास्तविक त्याच्या ह्यानंतरच्या बोलण्यालाच जास्त महत्त्व
होतं. खरेखुरे अंतरीचे, जिव्हाळ्याचे, अनुभवाचे, पोळल्याचे शब्द आताच
ऐकायला मिळणार होते आणि तेव्हाच नेमका तो गप्प बसला होता.

"बोल ना, गप्प का बसलास?"
"असं काही मी बोलणं, तेही शामप्रसादच्या पश्चात म्हणजे मीच माझ्याशी प्रतारणा केल्यासारखं होणार आहे. माझ्या श्रद्धेला त्यामुळे तडा जाईल. हे सारं घडणार होतंच हे गृहीत धरून मी ते करायचं ठरवलं होतं."
"मग सध्या शामप्रसाद कुठं आहे?"
"त्याचीही मी चौकशी केलेली नाही. एक वर्षानंतर करार संपला त्याच दिवशी, त्याच वेळेला शामप्रसाद निघून गेला. जेवढ्या वस्तुनिशी आला तेवढ्याच वस्तू घेऊन गेला. माझ्या कुटुंबापैकी तो एक झाला होता. घरातल्या मंडळींबरोबर मी त्यालाही कपडे करीत होतो; पण तेही त्यानं जाताना नेले नाहीत. फक्त आला तेव्हा तो बेकार होता, पांगळा होता. गेला तेव्हा स्वत:च्या पायावर उभा राहून गेला. माझ्या ओळखीमुळं त्याला सुमारे अडीचशे-तीनशे शिकवण्या मिळाल्या आहेत.
"काही फार प्रचंड कार्य केलं मी अशातला भाग नाही, पण माझं मला समाधान वाटतंय की, थोडासा पदराला खार लावून थोडासा त्याग करून मी एका माणसाला मार्गाला लावू शकलो. त्याला अशा पदावर आणून बसवलं की तिथून त्याला सहजासहजी खाली येता येणार नाही. अर्थात शामप्रसादजवळही असामान्य गुण होते ह्याकडे दुर्लक्ष करता येणार नाही; आणि मी त्याला सहारा दिला नसता तर तो जन्मभर जिन्याखालच्या खोल्या शोधत बसला असता अशातलाही भाग नाही. तरी मला वाटतंय की, मी काहीतरी करू शकलो. खऱ्या श्रद्धेचा आनंद मिळवू शकलो, लोकांना म्हणण्यापेक्षा स्वत:लाच ओळखण्यात एक पायरी वर चढू शकलो."

"आहेत, आहेत, ह्याही दिवसांत उपकार करणारी माणसं आहेत म्हणायची ह्या विनायकासारखी." बाहेर पडल्याबरोबर अरविंद म्हणाला.
"पाहा ना, ह्या दोनच खोल्यात ह्या गृहस्थानं सगळं कसं काय सांभाळलं असेल? क्लासमधील मुलं– त्याच वेळी त्याच्याकडं कुणी पाहुणे येत असतील, एकमेकांचं बोलणंही एकमेकांना ऐकू जात नसेल आणि क्लासही बंद ठेवा म्हणून सांगता येत नसेल. एक ना दोन. मुलांच्या परीक्षा असतात, इतर बारीकसारीक अडचणी, आजारपण, कितीतरी गोष्टी. एवढंच काय, एखादी वस्तू स्वत:पुरतीच करून खायची म्हटलं तर तेही अशक्य."
"आणि तरी विनायक म्हणतो, फार प्रचंड कार्य केलं असं नाही."
"त्याग करणारी, श्रद्धेनं कार्य करणारी माणसं उरली नाहीत, असं म्हणणाऱ्यांना विनायक दाखवावा. श्रद्धा नावाची चीजच उरली नाही, असा

टाहो फोडणारी माणसं आहेत. त्याच्या दृष्टीनं– धंदा करणाऱ्याची धंद्यावर श्रद्धा नाही. नोकरी करणाऱ्यांची नोकरीवर नाही, कलावंतांची कलेवर नाही, लेखकांची लेखनावर नाही! सगळीकडेच अशी धावपळ, आरडाओरडा ऐकू येऊ लागला की मन विचलित होतं आणि विनायकसारखी माणसं आहेत त्यापेक्षा आणखी उंच वाटू लागतात.''

बोलता बोलता अरविंद आणि मी कोपऱ्यापर्यंत आलो. इथून आमचे मार्ग बदलणार होते. संध्याकाळी परत एकमेकांना भेटण्याचं आश्वासन देऊन आम्ही निरोप घेतला.

सुहास्य मुद्रेनं दुकानदारानं पुन्हा आमचं स्वागत केलं. दुकानाच्या आतल्या भागात जाऊन जाता जाता तो म्हणाला,

''ज्या गृहस्थांना सतार विकायची आहे असं सकाळी म्हटलं तेच ते गृहस्थ!''

तो गृहस्थ उभा राहिला आणि मी अरविंदला म्हणालो,

''अरविंद, हेच शामप्रसाद!''

अरविंद शामप्रसादकडे आणि शामप्रसाद माझ्याकडे पाहत राहिला. माझ्याकडे पाहत तो म्हणाला,

''तुम्ही विनायकरावांकडे आला होतात, तेवढं आठवतं. नाव विसरलो.''

मी नाव सांगितलं. दुकानदाराकडे पाहत शामप्रसाद म्हणाला,

''बाबूराव, सतार ठेवा जरा. आम्ही जाऊन येतो पाच मिनिटांत.''

शामप्रसादनं आम्हाला बळेबळे समोरच्याच हॉटेलात नेलं. चहाची ऑर्डर त्यानंच दिली.

''तुम्हाला सतार विकायची आहे?''

''होय!''

''ह्यापेक्षा भारी सतार घेणार आहात काय?''

''नाही, सतार सोडून दिली मी.'' शामप्रसाद शांतपणे म्हणाला. मी आणि अरविंद एकमेकांकडे पाहत राहिलो. मला काय बोलावं हेच कळेना. शामप्रसाद काहीतरी सांगू इच्छित असावा. कारण, विशेष परिचय नसताना हॉटेलात आणण्याचं दुसरं प्रयोजन नव्हतं. त्याला बोलता करायचा म्हणून मी मुद्दाम म्हणालो,

''तुम्ही सतार सोडलीत तर विनायकला धक्का बसेल!''

पिठानं गच्च भरलेल्या पिशवीनं ज्याप्रमाणे फक्त उसवायची वाट पाहावी त्याप्रमाणे माझ्या या वाक्यानं शामप्रसाद बोलू लागला,

''सगळ्यांची अपेक्षा हीच आहे. विनायकला वाईट वाटेल. विनायकला धक्का

बसेल. अगदी त्याचा जिगर मित्र म्हणवणाऱ्या माणसांनी पण हा तर्क करावा! मजा आहे. खरं वाईट वाटणार आहे वहिनींना, विनायकरावांच्या बायकोला! त्या बाईच्या स्वभावाची कुणालाच कल्पना नाही, तिच्या जीवनात कुणीच डोकावून पाहिलेलं नाही. साहजिक आहे. रामापाठोपाठ पाऊल टाकणारा लक्ष्मण सगळ्यांना आठवतो. ऊर्मिलेची व्यथा कुणी जाणली कधी? जो तो विनायकरावांना पाहूनच दिपतोय. ज्योतीवर सगळे भाळतात. जळणाऱ्या तेलाची कुणाला आठवण होते? संगीताच्या भाषेत बोलायचं तर, तारांचे कंप सगळ्यांना दिसतात. खुंट्यावर पडलेला ताण कुणीच पाहत नाही. मी ज्योत पण पाहिली आहे. ज्योतीच्या धगीनं तापणारी समई पण पाहिली आहे. कदाचित करार मोडून मी वर्षापेक्षा जास्त दिवस राहिलो असतो; पण ज्योतीच्या तेजापेक्षा समईच्या तेजानं जास्त दिपलो म्हणून निघून आलो.''

"तुमच्या भावना मी समजू शकतो आणि विनायकलाही मी ओळखू..."

"शकणारच नाही." शामप्रसादनं मला अर्ध्यावरच तोडलं. "त्या माणसाला कुणीच ओळखलेलं नाही. एका वर्षाच्या सहवासात मी ओळखलेलं नाही. एवढंच नाही तर एक तप घालवून वहिनींनी पण त्याला ओळखलं नाही आणि म्हणूनच विनायकरावांपेक्षा मी वहिनींना जास्त मानतो. आपण काहीतरी करू शकतो हे विनायकरावांना दाखवायचं होतं. स्वतःलाच ओळखायचं होतं. त्यासाठी ते कितीही त्रास सोसायला तयार होते. स्वतःच्या जिद्दीपायी! एकदा मी त्यांना म्हणालो होतो की, 'लोकांनी जर तुम्हाला विचारलं की, शामप्रसादसाठी तुम्ही काय काय केलंत तर ऐकणारा दमेल एवढं सांगण्याइतकं तुम्ही मिळवलं आहे, पण मला जर कुणी तसं तुमच्याबद्दल विचारलं, तर मला गप्प बसावं लागेल.' यावर त्यांनी उत्तर दिलं होतं, 'तुम्हाला असं चोरट्यासारखं वाटायचं काहीच कारण नाही. मी तुमच्यावर कोणताच उपकार करीत नसून स्वतःवरच उपकार करीत आहे. मी स्वतःचीच शक्ती आजमावून पाहतो आहे.' अशा विचारांचा माणूस! स्वतःला ओळखण्यात एक पायरी वर चढता यावं म्हणून कशाचीही किंमत देणारा! तेवढ्यासाठी त्यांनी सगळ्यांना राबवलं. घरातल्या एकाही माणसाच्या मनाची किंमत केली नाही आणि हे सगळं माहीत असूनही नवरा सांगेल तेवढंच ऐकायचं एवढाच दृष्टिकोन समोर ठेवणारी वहिनी!''

वेटरनं आणून ठेवलेला चहा निवत होता... पण आम्हा तिघांपैकी तो कुणालाच प्यावासा वाटत नव्हता. तेवढ्यातच तळमळीनं शामप्रसाद सांगू लागला, "ह्या सबंध वर्षात वहिनींनी जेवढं केलं त्याची कुणालाच कल्पना येणार नाही. प्रथम प्रथम केवळ नवऱ्याची इच्छा, त्याचा शब्द एवढ्यासाठी त्या माझं करीत

होत्या. त्यानंतर त्या आणि मी ह्यांच्यामधला विनायक बाजूला केव्हा झाला ते त्यांनाही समजलं नाही, मलाही समजलं नाही. आम्हा दोघांमध्ये एक निराळे पवित्र बंधन निर्माण होऊ लागलं आणि मग मी पिसाळल्यासारखा होऊ लागलो. वाटायचं, कोण ही माझ्यासाठी धावपळ करतात? झीज सोसतात? काय संबंध? तुम्हाला खोटं वाटेल, पण सबंध आयुष्यात मी जेवढा विचार केला नसेल तेवढा विचार गेल्या दोन महिन्यांत केला असेन, विनायकरावांना सोडल्यापासून. एवढं करून त्यांच्या हाताला यश नाही.''

शामप्रसादनं डोळे पुसले आणि अरविंदाचा हातही डोळ्यांकडे गेला.

''कुठंही बोलायचं नव्हतं. स्थानच नाही तसं! पण आज बोलणार आहे! चांगुलपणा असूच शकणार नाही, श्रद्धा राहिलेलीच नाही– ह्या ठाम समजुतीला सुरूंग लागला आहे.

''वयाच्या बाराव्या वर्षी घरातून पळालो. शिक्षणाकडे लक्ष नव्हतं. वेड होतं संगीताचं; पण वडील संगीतद्वेष्टे. मी आणलेली फ्ल्यूट त्यांनी जाळून टाकली. पैसे जमवून विकत आणलेला तंबोरा फोडून टाकला. शाळेतल्या संगीत मास्तरांनी मला कानमंत्र दिला. आसरा देण्याचं आश्वासन दिलं; पण मी घरातून पळाल्यावर त्यांनी सरळ कानावर हात ठेवला. तिथं मी पहिला फटका खाल्ला. नंतर अक्षरश: मोलमजुरीवर दिवस काढले. असाच एक दुसरा संगीतशिक्षक भेटला! पंधरा दिवस त्याच्या जाण्यायेण्याच्या वाटेवर उभा राहून मी त्याला नमस्कार करीत होतो. पंधराव्या दिवशी माझी चौकशी करून मला तो आपल्या घरी घेऊन गेला; पण महिन्यात मला समजलं की, त्याला फक्त घरातल्या सगळ्या कामाला माणूस हवा होता! तरी आशा मेली नाही. कधीतरी तो मला हाक मारील आणि म्हणेल, ''ये, ही सतार घे, व्हायोलिन घे, नाहीतर तबला घे, आवडेल ते वाद्य घे आणि कर सुरुवात.'' सहा महिने वाट पाहूनही तसं कधी घडलं नाही. कानावर पडेल तेवढं मी ऐकत होतो. त्याच्यापश्चात वाजवून पाहत होतो आणि एके दिवशी असं गुपचूपपणे वाजवून पाहत असतानाच तो समोर उभा राहिला. परवानगीशिवाय वाद्यांना हात लावला! ह्या सबबीवर त्यानं मला घर सोडायला लावलं. त्याच रात्री मी हाताला येईल ती सतार उचलली आणि पोबारा केला. सरळ सरळ मनाशी हिशेब केला होता की, आठ महिने विनावेतन पडेल ते काम केलं त्याच्याकडे, सतार पळवण्यात काहीच पाप नाही.

''तेव्हापासून भटकतोय! बंधन नाही-दिशा नाही-मार्ग नाही-आदर्श नाही-ध्येय नाही-वात्सल्य नाही-श्रद्धा नाही! कधीही मागं वळून पाहिलं नाही. मागं वळून पाहायला, चालून झालेला रस्ता असावा लागतो. त्याचाच पत्ता नव्हता, मग मागं मान कराच कशाला? अशाच धावपळीत जोडीदारीण मिळाली. ह्याच

धावपळीत आम्हालाही मानणारा एक वेडा मिळाला. ह्याच धावपळीतच त्यानं आमच्याकडे सतारीचे धडे घेतले. आता खूप मोठा बजवैया झालाय; पण बेटा तोही पळून गेला एक दिवस! जाताना एकटा नाही गेला तर माझ्या बायकोला घेऊन पळून गेला. काही दिवस थबकलो! मग म्हणालो– पाश गेला! असं हे जीवन. ह्यात कुणासाठी थांबायचं? कुणासाठी मागं वळून पाहायचं?

"विनायकरावांनी मला एक वर्षाच्या काळात दिशा देण्याचा प्रयत्न केला. कोणत्या श्रद्धेनं केलं ते मी जाणतोय. त्यामागच्या भावना ओळखतोय. 'श्रद्धा' शब्द कुणी उच्चारला तर मारायला धावणार मी; पण विनायकरावांपुढं नतमस्तक झालोय. वाईट एकाच गोष्टीचं वाटतंय. निश्चित दृष्टिकोनानं जगणारे विनायकराव स्वत:ला अजमाविण्यापलीकडे दुसरं ओळखत नाहीत आणि फक्त नवऱ्याचा शब्द सांभाळणारी वहिनी स्वत:चं व्यक्तिमत्त्व विसरत आहे. तिचं पोळणारं अंत:करण समजलं असूनही मी त्यावर फुंकर घालू शकलो नाही. कारण, माझा आणि वहिनींचा संबंध जोडणारी माणसं ह्या कृपाळू जगात आहेत आणि सर्वांत भीषण विनोद कोणता असेल तर तो हाच की, विनायकरावांना सावध करायला येणारी माणसं ज्याचं उदाहरण देत असत तो पोळलेला माणूस मीच हे त्यांना माहीत नसायचं! माझ्याच बायकोबद्दलचा हा गाजावाजा ऐकवायचा नाही मला आणि मी मग जोरजोरात मुलांना शिकवायला लागायचो.

"हे सगळे घाव मी विसरू शकेन. मागं न बघता पुढं चालत राहीन; पण एक टोचणी आता जन्मभर सोबत करणार आहे माझी. विनायकराव आणि वहिनी ह्यांच्यासारख्या श्रद्धावंत माणसांना माझ्यासारखा बेहिशेबी माणूस का भेटावा? त्यांचे कष्ट भलत्याच माणसापाठी वाया का जावेत?"

आम्ही तो गार चहा प्यायलो. त्यालाही निराळी चव वाटली. पुन्हा सतारीच्या दुकानात येईतो आम्ही तिघंही गप्प होतो. दुकानाची एकच फळी उघडी ठेवून बाबूराव आमची वाट पाहत होते.

"आता दुकान बंदच करणार होतो. म्हटलं, येताय की नाही?"

शामप्रसादकडे पाहत बाबूराव म्हणाले. शामप्रसादच्या चेहऱ्यावरचे भाव कुणालाच वाचता येत नव्हते. काहीसं गोंधळून जात बाबूरावांनी पुन्हा शामप्रसादला विचारलं,

"झाला ना सौदा? सतार विकायची ना ह्यांना?"

♦

सोयरीक

६

दोन कलावंत शेजारी शेजारी बसलेले असते तर त्यांच्या मनात एक तऱ्हेची अढी असते! दोन सौंदर्यवती एकत्र आल्या तर त्याही एकमेकींकडे मत्सरग्रस्त नजरेने पाहतील; पण एकाच वयाचे दोन म्हातारे जर एकत्र आले तर, तर परिचय नसतानाही त्यांच्या मनात एकमेकांविषयी कणव निर्माण होते! ते आयुष्याच्या उताराला लागलेले असतात. आयुष्यभर जिद्द खेळून झालेली असते. आता पाठीचा कणा वाकलेला असतो. आवाजात दम राहिलेला नसतो. असला तर 'दमा'च असतो! नजरेतला तीक्ष्णपणा, कामातील तत्परता ह्या सगळ्या गोष्टी बाद झालेल्या असतात. राहिलेली असते ती कसली तरी अनामिक भीती, एखादी व्याधी आणि न संपणारी काळजी!

शेजारच्याच सीटवर बसलेल्या आपल्याच वयाच्या गृहस्थाला पाहून पंतांना त्याची कीव आली. आपल्यासारखंच ह्या म्हाताऱ्याला ह्या वयात वणवण करीत हिंडावं लागतं आहे, ह्याचा खेद वाटला. बाहेरची महत्त्वाची कामं करायला त्याच्या घरी माझ्याप्रमाणंच दुसरं कुणी नसेल का?...

बरं, घरी खूप माणसं असली तरी ती त्याचा आब कितपत राखीत असतील? त्याची मर्जी सांभाळीत असतील का हिडीसफिडीस करीत असतील?...

आपल्याला पाठदुखीची व्याधी आहे, त्यामुळे दोन दोन तास आपण अस्वस्थ असतो. देव करो आणि तशी व्याधी कुणालाही न जडो! मधूनच डाव्या पायाची उभी नस दुखते. डॉक्टर म्हणतात, 'सायटिका!'

तेही पाठीच्या दुखण्याइतकंच वाईट... पण ह्या सगळ्यावर ताण म्हणजे लग्न न जमणारी मुलगी असणं! शकुन आता चोवीस वर्षांची झाली. नाकीडोळी

नीटस असलेल्या ह्या मुलीचं लग्न जमत नाही. कारण काय, तर म्हणे मंगळ! तिला वर पण मंगळाचाच हवा! परवा अप्पा गंमतीनं म्हणाला, "पंत, शकुनला मंगळ आहे. मुलगा पण मंगळाचाच हवा. शकुनला 'अमंगळ' नवरा चालायचा नाही!" चोरा! तुला काय विनोद करायला जातं?

पंतांनी शेजारच्या गृहस्थाकडे पाहिले. तो गृहस्थ स्वत:शीच काहीतरी पुटपुटत होता. पंत पुन्हा विचार करू लागले– 'ह्याला आपल्या शकुनसारखी एखादी मुलगी असेल का?'

आपल्यासारखेच ह्यालाही जोडे फाडावे लागत असतील का? मानसिक ताण सहन करावा लागत असेल का?... पाठ दुखू दे. सायटिका असू दे; पण मंगळाची मुलगी नसू...

कंडक्टरनं हातातला चिमटा वाजवला. पंत भानावर आले. कंडक्टरच्या हातावर पंधरा पैसे ठेवीत ते म्हणाले–

"एक गिरगाव."

"आणखी पाच पैसे हवेत."

मनात तिकिटाचा आणि अंतराचा विचार करीत पंतांनी आणखी पाच पैसे कंडक्टरच्या हातावर ठेवले. पंतांच्या शेजारच्या त्या वृद्ध माणसानं पण पैसे काढण्यासाठी हालचाल केली. कोटाच्या बाहेरच्या खिशातला रुमाल काढीत असतानाच एक लहानशी वही त्याच्या खिशातून खाली पडली. वही पडल्याचं त्या गृहस्थाच्या लक्षात आलं नाही. पंतांनी खाली वाकून पाहिले– सीटच्या खालीच पण पंतांच्या पायाशी ती वही पडलेली होती. तिच्या वरच्याच पानावर ठळक अक्षरांत लिहिलेलं होतं–

'स्थळांची वही.'

नंतरच्या गोष्टी पंतांनी त्यांच्या वयाला आणि वृत्तीला शोभणार नाहीत एवढ्या तत्परतेनं केल्या. त्यांनी एकदा शेजारच्या गृहस्थाकडे नजर टाकली. बसच्या तिकिटाची बारीक घडी करण्यातच तो गुंतला होता. मागचापुढचा विचार न करता पंतांनी ती वही डाव्या पायानं सीटखाली ढकलली आणि ते तिच्यावर पाय ठेवून बसले.

गोष्ट घडून गेली. विकारानं काही काळ मनाचा ताबा घेतला; पण अशा गोष्टी करायची पंतांना सवय नव्हती. अंमळशानं विकारांची जागा विचारांनी घेतली आणि वहीवर ठेवलेल्या पायाला कंप सुटला. कंप थांबविण्यासाठी पंतांनी गुडघा दाबून धरला; पण पाय हातासकट कापू लागला. शेजारच्यानं ते कंप सुटलेले हातपाय पाहताच ओळख नसताना तो म्हणाला–

"मलाही असाच त्रास होतो. सायटिकाच हा! सारखं पायाला गरम कापड

गुंडाळून बसावं लागतं.'' बोलता बोलता त्या गृहस्थानं पायाला गुंडाळलेले गरम फडक्याचे पट्टेही दाखवले. काहीतरी बोलायला हवंच म्हणून पंत म्हणाले,–
''म्हातारपण वाईटच एकंदरीत.''
''बरंय उतरतो. 'हिंदमाता' आलं.'' तो गृहस्थ उठून उभा राहिला.
त्याच्या सवयीप्रमाणे त्यानं खिसे चाचपून सगळ्या वस्तू जागच्या जागी आहेत ना, हे पाहायला सुरुवात केली. पंतांच्या पायाचा कंप वाढला.
पण त्या गृहस्थाला काही शंका न येता तो खाली उतरला. कंडक्टरनं नवे उतारू मोजून आत घेतले. बस चालू झाली. पायाखाली दडपून ठेवलेली वही उचलायला पंत खाली वाकले. तेवढ्यात बस थांबली.
बसच्या दाराशी गलका झाला. एका गृहस्थानं दुसऱ्याचं बकोटं धरलं होतं आणि तो गरजत होता,
''साला! खिशातून पाकीट उडवतो!''
कंडक्टरनं दोघांनाही खाली उतरवून बस पुन्हा चालू केली. बसमध्ये चर्चा चालू झाली,
''सुटाबुटात वावरतात लेकाचे! चोर कोण, साव कोण, ओळखणं मुश्कील झालंय हल्ली!''
दुसऱ्यानं पहिल्याला उत्तर दिलं, ''मुद्देमालासकट सापडेपर्यंत प्रत्येक जण सावच असतो! एव्हरी जंटलमन इन दि स्ट्रीट इज पक्का रास्कल, अनलेस प्रुव्हज् अदरवाइज.''
पंतांना उगीचच घाम फुटला. पायाखालची वही उचलून पाहायचं धारिष्ट्य त्यांना करवेना; पण वही कायमचीही तशी ठेवायची नव्हती. पुन्हा पुन्हा ते इकडेतिकडे पाहत होते. तेवढ्यात पाठीमागून कुणीतरी त्यांच्या खांद्याला स्पर्श केला. पंत दचकले. त्यांनी मागं वळून पाहिलं. मागचा माणूस सांगत होता–
''तुमची वही खाली पडली आहे.'' तोंडातल्या तोंडात 'थँक्स' म्हणून पंतांनी वही उचलली. थरथरत्या हातांनी वही उचलताना त्यांच्या मनात विचार आला, 'त्या गृहस्थाला वहीची आता आठवण झाली असेल का?'...
वहीच्या पहिल्याच पानावर वळणदार अक्षरांत नावपत्ता लिहिलेला होता.
अप्पा दांडेकर, ५०१, शनिवार पेठ, पुणे - २.
अस्सं! म्हणजे गृहस्थ पुण्याचा होता तर! कुणी सांगावं? एखादं स्थळही पाहायला आला असेल!... सेवानिवृत्त असणार आपल्यासारखा! पंधरा रुपये गाडीभाड्याच्या डोसक्यावर घालून आला असेल... त्यालाही आपल्यासारखा 'सायटिका'आहे... छे! फारच वाईट गोष्ट घडली हातून! ह्या चुकीचं परिमार्जन व्हायलाच हवं आपल्या हातून. म्हणजेच ही ठेव ज्याची त्याला परत पोचली

पाहिजे... स्थळांच्या, पत्त्यांच्या वहीचाच पत्ता चुकून कसं चालेल?... शकुनला जसं सुस्थळ हवं तसं ह्या वहीलाही स्वस्थळ मिळालं पाहिजे...

पंतांना पुढे जाववेना. मधल्याच एका स्टॉपवर ते खाली उतरले आणि दादरच्या दिशेनं जाणाऱ्या बसच्या रांगेत जाऊन उभे राहिले. तातडीनं रजिस्टर पोस्टानं ती वही दांडेकरांना पाठवायचीच ह्या निर्णयाला ते आले तेव्हा त्यांना हायसं वाटलं.

रुपयादीड रुपयाचा भुर्दंड होता वही पाठवायचा; पण एवढ्या मोहाला एवढं शासन हवंच होतं!...

बस येईपर्यंत पंतांना काही उद्योग नव्हता. उभ्या उभ्या वही चाळून बघायला काहीच हरकत नाही, ह्या विचारानं पंतांनी वही उघडली. अप्पा दांडेकरांचा नीटनेटकेपणा पाहून पंत थक्क झाले. त्या एवढ्याशा वहीत अनेक स्थळांची सुसंगत माहिती होती. काहीकाही ठिकाणी पत्रिका होत्या. वराचं वय, हुद्दा, शिक्षण, अवांतर कला, आवडीनिवडी, नातेवाइकांचा गोतावळा सगळ्यांची माहिती होती. काहीकाही ठिकाणी स्थळांची चौकशी करण्यासाठी मध्यस्थ कोण गाठायचा, ह्याचीही नोंद होती.

दीडशे रुपयापासून दीड हजार प्राप्तीपर्यंतची स्थळं त्या वहीत होती. दांडेकरांनी हा उद्योग करताना मार्मिकपणाही दाखवला होता. काही स्थळांच्यापुढं 'न पेलणारे' असा शेरा मारला होता, एका ठिकाणी 'पांढरा हत्ती' असा शेरा होता, तर एका दोन हजार रुपये प्राप्तीच्या स्थळाखाली 'मृगजळ' असा शेरा होता. लग्न लागल्यामुळं वरांच्या नावासमोर 'पक्षी उडाला' असे पण उल्लेख होते! पंत त्या वाचनात 'हां हां' म्हणता रंगले. परीक्षेला एखादाच तास उरावा आणि शेवटची नजर टाकायची म्हणून विद्यार्थ्यानं भराभरा 'गाइड' चाळावं, तसे पंत भराभर वहीची पानं उलटत होते. क्वचित एखाद्या पानापाशी थबकत होते; त्या पानावरील स्थळ आपल्याला झेपेल की नाही ह्याचा अंदाज घेत होते. काही स्थळांची माहिती वाचून ते हळहळत होते, तर मधूनमधून दांडेकरांचे मार्मिक शेरे वाचून स्वत:शी हसत होते. त्या उद्योगात ते एवढे गुंगले, की त्यांना हवी असलेली बस स्टॉपवरून त्यांना न घेता सुटली तेव्हाच त्यांचं तिकडे लक्ष गेलं.

वहीच्या शेवटच्या दहा पानांवर तांबड्या शाईत मंगळांच्या स्थळांची यादी होती. दांडेकरांचा तो साक्षेप पाहून पंत आणखी एकदा नव्यानं चकित झाले. आणखीच अगत्यानं त्यांनी ती यादी वाचायला सुरुवात केली. एका पानापाशी ते थबकले. उतारवयाचा विसर पडून त्यांनी शीळ घातली. त्याच

वेळी शेजारून जाणाऱ्या दोन मुलींनी 'पिकल्या पानात बराच हिरवटपणा दिसतोय' ह्या कुठल्यातरी नाटकातला शेरा पंतांना ऐकू जाईल एवढ्या मोठ्यांदा दिला! वही पोस्टानं परत पाठवायचे सात्त्विक विचार राजापूरच्या गंगेप्रमाणे आले तसेच गेले. वही खिशात घालून पंत घरी जायला निघाले. चुकीनं घडलेल्या लाभाचा ते फायदा उठवणार होते. पळवलेल्या वहीच्या आधारानंच शकुनचं लग्न जमण्याचा योग कशावरून नसेल?... सदसद्विवेक बुद्धी पाण्यात बुडवून पंत वहीतल्या चांगल्या स्थळावर डल्ला मारणार होते!
ठरलेल्या वेळेपेक्षा पंत लवकर घरी परतलेले पाहून माईंना नवल वाटलं. लगबगीनं पुढं येत विचारलं,
"एवढ्यात परतलात! काही विसरलात वाटतं?"
"छे: छे:! मुद्दाम परतलो." पंत उत्तरले.
नेहमीपेक्षा पंतांचा नूर आज निराळाच दिसल्यामुळं माईंनी पुढं काही विचारलं नाही. पंत हॉलच्या एका कोपऱ्यात बसले. त्यांच्या छातीत धडधड सुरू झाली. डाव्या पायाची नस दुखू लागली. काहीतरी वाईट घडलं ह्याची पुन्हा चुटपूट लागली; पण असं काहीतरी घडलं म्हणून सोन्यासारखं स्थळ हाताशी आलं होतं, ह्यात संशय नव्हता. कायम नोकरी, राहतं घर, घरात नातेवाइकांची वर्दळ नव्हती. एवढंच काय, मुलाची आई हयात नव्हती– म्हणजे सासुरवासही घडणार नव्हता. शिवाय हुंड्याची अपेक्षा नाही. मुलगी मंगळाची हवी होती. आणखी चांगलं ते काय असू शकतं!
पंतांनी पुन्हा एकदा त्या स्थळाचं पान पाहिलं. तीच-तीच माहिती ते पुन्हा पुन्हा वाचीत राहिले. काही वेळानं माई पंतांच्या जवळ आल्या, तेव्हा पंतांच्या वृत्ती पिसासारख्या हलक्या होऊन तरंगत होत्या.
"आपल्या पोरीनं नशीब काढलं!" ते उद्गारले.
"नवीन स्थळ पाहिलंत का?" माईंनी विचारलं.
"हो."
"कुणाचं?"
"आपटे म्हणून आहेत एक."
"कुणाकडून समजलं?"
–माईंनी विचारलेल्या ह्या साध्या प्रश्नानं पंत दचकले. जणू ह्या एकाच प्रश्नानं पंतांना कल्पना आली की, आता अशा तऱ्हेच्या खूप प्रश्नांना आपल्याला उत्तरं द्यायची आहेत. उत्तराच्या अपेक्षेने माई पंतांकडे पाहत होत्या.
"कुणाकडून समजलं?" थोडा वेळ वाट पाहून माईंनी पुन्हा विचारलं.
"ते विचारू नकोस. स्थळ कसं आहे विचार!"

आणि मग पंतांनी एका दमात सगळी हकिकत सांगितली–अर्थात वहीची गोष्ट सोडून! एकापाठोपाठ एक त्यांना थापा सुचत गेल्या. माईंचं समाधान झालं. त्या आत निघून गेल्या आणि पंत स्वत:शी म्हणाले–

"हे खरं नव्हे! दुसऱ्याच्या समोरचं ताट आपण ओढून घेतलं आहे. आत्ताच्या आत्ता वही पोस्टानं पाठवावी का?... पण एवढ्यात नको! त्या स्थळाची चौकशी करावी. जमल्यास लग्नाचं पक्कं करावं. वही काय, केव्हाही परत करता येईल... सुरक्षिततेच्या दृष्टीने त्यांना दुसरा विचार जास्त योग्य वाटला. आता शकुनच्या लग्नाच्या बाबतीत ते कोणताही धोका पत्करायला तयार नव्हते! वही पोस्टानं पाठवायचा विचार कुठल्या कुठं लुप्त झाला! आपट्यांच्या घरी पंतांचं स्वागत चांगलं झालं! बापलेक... व्याही... जावई मोकळ्या स्वभावाचे होते. 'प्राप्तेषु षोडशे वर्षे' ह्या उक्तीचा प्रत्यय पंतांना आपट्यांच्या घरात प्रत्यक्षपणानं दिसला. ह्या घरात शकुनला सौख्य लाभणार यात शंकाच नव्हती. मुलाच्या लग्नानं आपट्यांच्या घरात खूप वर्षांनी बाईमाणूस येणार होतं. पंतांचे व्याही आतापासूनच सुनेचं कौतुक करायला लागले होते. आपटे पंतांना शकुनच्या आवडी-निवडी पुन्हा पुन्हा विचारीत होते आणि पंत स्वत:ला विचारीत होते, 'एवढं सौख्य शकुनच्या नशिबात खरोखरच आहे का?– मंगळाच्या मुलीचा बाप मी! शकुनचा अपराध नसताना आपण तिला पुष्कळदा पत्रिकेतल्या मंगळाबद्दल टाकून बोललो होतो! पण पोरीचं नशीब निघायचं होतं म्हणूनच इतके दिवस लग्न लांबणीवर पडत होतं. मुलीच्या भाग्यामुळेच आपट्यांसारख्या कुटुंबाशी सोयरीक जमत होती...' पंत अशा विचारात असतानाच केव्हातरी कोटातल्या वहीला हात लागायचा. एकान्तातही पंत चपापायचे. हे भाग्य शकुनच्या मंगळाचं– का आपल्या चौर्यकर्माचं? ...खरं म्हणजे ही राजरोस लबाडी होणार आहे. दुसऱ्याच्या भाग्यावर डल्ला मारून संभावितासारखं मिरवणं आहे... आपण, आपली शकुन ह्या भाग्याला लायक नाही. सबंध आयुष्य एखाद्या खडतर तपश्चर्येसारखं घालवलं आपण. सगळ्या मोहाच्या पायऱ्या टाळून आपण शिखर गाठलं. शेवटी मात्र घसरलो. ह्या भाग्याचा पाया मोहावर उभारलेला आहे. ह्याचं फळ शेवटी काय असेल?... पंतांच्या पापभीरू मनाला हे असले दुसऱ्या मनाचे सवाल पेलत नसत. ते मग घाबरेघुबरे व्हायचे. कापऱ्या गुडघ्यावर हाताची पकड बसायची. तेवढ्यात कुठूनतरी आपटे यायचे. एखाद्या स्नेह्याप्रमाणे पंतांच्या पाठीवर थाप मारत ते म्हणायचे, "असं घाबरल्यासारखं काय करताय? सगळं व्यवस्थित होणार आहे! तुमच्यावर कोणताही भार टाकत नाही. काही काही माणसांना कार्य निघालं की

घाबरायला होतं. त्यांना काही पेलत नाही. मला त्याची कल्पना आहे. घाबरू नका! तुम्हाला परवा सांगितलं ना, शकुन इथून पुढे माझी मुलगी म्हणून, मग काळजी कसली करता?''

पंत मुंबईला परतले ते दहा वर्षांनी तरुण होऊन! आपटे बापलेकांचं गुणगान गाऊन-गाऊन पंत शिणू लागले, तर केळवणाची बोलावणी स्वीकारता-स्वीकारता शकुनला अन् माईंना दिवसाचे तास कमी पडू लागले. मधूनमधून वहीची आठवण पंतांना डंख मारून जायची. ते अस्वस्थ व्हायचे; त्यांचा हसरा चेहरा क्षणार्धात बदलायचा. अशा वेळी माई दक्षतेने चौकशी करायच्या. पंत व्यथा लपवीत विचारायचे,

''शकुन गेल्यावर आपलं कसं व्हायचं?'' कधीकधी माईंना वाटायचं पंतांच्या व्यथेमागं केवळ एवढंच कारण नाही. कन्यावियोगाच्या दु:खामागं आणखी काही निराळ्या व्यथेचा धागा आहे... पण त्या तिथवर कधी पोहोचू शकल्या नाहीत. प्रत्येक सुखदु:खात माईंना सहभागी करून घ्यावयाची सवय लागलेल्या पंतांना ही पोखरणारी व्याधी एकट्यानंच सहन करणं फार कठीण जात होतं.

लग्न जमलं या आनंदानं न्हाऊन निघणाऱ्या माई-शकुनसाठी ज्याप्रमाणे दिवस थांबले नाहीत, त्याचप्रमाणे वरवर आनंद दर्शविणाऱ्या परंतु आतून धास्तावलेल्या अवस्थेत वावरणाऱ्या पंतांसाठी पण काळ थांबला नव्हता, रेंगाळला नव्हता. कुटुंबातल्या प्रत्येक घटनेशी पंत आजवर खुल्या दिलानं एकरूप झाले होते; पण ह्या अत्युत्कट आनंदात मात्र ते मनापासून रमू शकत नव्हते. स्वत:ला विसरू शकत नव्हते.

आप्तेष्टांनी गजबजलेल्या, सुगंधानं भरलेल्या मंगल स्वरांनी धुंद झालेल्या त्या उदात्त वातावरणातसुद्धा पंत त्याच दडपणाखाली वावरत होते. आडून आडून अनेकांनी त्यांना छेडून पाहिलं; पण मनोव्यथेनं दूर गेलेल्या पंतांजवळ कुणी पोहोचू शकलं नाही.. आणि तेवढ्यात पंतांचं लक्ष समोर गेलं– दोन-तीन उतारवयाच्या समवयस्क मंडळींबरोबर अप्पा दांडेकर मांडवात येत होते. पंतांच्या पायाची नस जागी होऊ लागली. दांडेकरांचं मात्र पंतांच्याकडे लक्ष नव्हतं. दांडेकर आणि आपटे यांचाही परिचय नव्हता. दोघांची ओळख असलेल्या एका मध्यस्थानं ह्यांची ओळख करून दिली. दांडेकरांना आणि त्यांच्याबरोबर आलेल्या गृहस्थांना बसायला सांगून आपटे त्या ओळख करून देणाऱ्या मध्यस्थाला घेऊन गेल्यावर दांडेकर आणि त्यांच्याबरोबर आलेला म्हातारा एकमेकांत बोलू लागले. गडबडीत असतानाही पंतांचे पाय तेथून हलेनात. तसेच आड राहून ते ऐकू लागले.

''काय रे अप्पा, तू आपट्यांना ओळखत नाहीस?''

"नाही रे! गजाभाऊनं फार आग्रह केला म्हणून आलो, इतकंच!"

"आणि मलाही खेचून आणलंस!"

"काय बिघडलं? लग्न म्हटलं की तुझ्यामाझ्यासारखी काही माणसं तिथे हवीतच!"

"मांडवशोभा म्हणून?"

"बस! कसं बोललास!"

–संभाषण मध्येच थांबलं.

"तुझ्या इंदिरेचं जमलं की नाही अजून!"

खिशातून सुपारीची डबी काढीत अप्पा दांडेकर म्हणाले, "नाही."

"नवल आहे! तुझ्याकडे एवढी अप-टु-डेट स्थळांची माहिती! सी.आय.डी च्या ऑफिसात गुन्हेगारांचं रेकॉर्ड पण एवढं व्यवस्थित नसेल!"

"हं ऽ ऽ पण महिन्यापूर्वी ती वही हरवली बघ, राजाभाऊ!"

–इकडे पंतांच्या पायाला कळ लागली.

"त्या वहीत हे आपट्यांचं नाव होतं का?" राजाभाऊंनी विचारलं.

"होतं."

"मग तुझ्या काकदृष्टीतून सुटलं कसं काय?"

"सुटलं नाही– सोडलं!" दांडेकर उत्तरले.

"का रे? का?"

"तसंच काही!" दांडेकरांनी नुसती मान डोलवली.

"काय ते सांग ना?"

–ह्या प्रश्नाचं उत्तर राजाभाऊंप्रमाणेच पंतांना पण हवं होतं. पंचप्राण कानात एकवटून पंत खांबाआडून दांडेकरांकडे पाहू लागले.

इकडेतिकडे नजर टाकून, आपल्याकडे कुणी पाहत नाही ह्याची खात्री करून घेऊन दांडेकर राजाभाऊंना म्हणाले, "कुठं बोलू नकोस." नंतर आवाज आणखी खाली आणून उजव्या हाताची तर्जनी उजव्या नाकपुडीवर आपटीत, एक डोळा मिचकावीत दांडेकर म्हणाले,

"बापलेकाला असले सगळे नाद आहेत! स्थळ सुटलं नाही, मुद्दाम सोडलं मी! वहीत या स्थळापुढं तसा शेरा पडला नाही; कारण ही माहिती ज्या दिवशी कळली त्याच्या आदल्याच दिवशी नेमकी ती वही हरवली!"

पंतांनी मांडवाच्या खांबाचा आधार घेतला, त्यांच्या पायाची उभी नस दुखायला लागली! सायटिकाच हा!!

♦

उपेक्षित

७

"सुलू, डॉक्टर पुरंदरे आले आहेत."
–श्रीनिवासनं दारातूनच सांगितलं. माझ्या डोक्यात पुन्हा एकवार तिडीक उठली. बाबांनी पुरंदऱ्यांना मला बघण्यासाठी बोलावलं आहे हे समजल्यापासून मी अशीच खवळले आहे. माझ्या या खवळण्याचा काडीमात्र उपयोग नाही, हेही मला समजतंय. म्हणून मी जास्तच खवळले आहे. त्यातल्यात्यात दुबळ्या व्यक्तीचा संताप फारच केविलवाणा असतो. मी तशीच दुबळी आहे, माझ्या आईसारखी. दुसरा कुठला नाही तरी एवढा दुबळेपणाचा वारसा मला आईकडूनच मिळाला आहे. म्हणून तर बाबांसमोर तोंड उघडून सांगायला जमलं नाही की, 'मला लग्न करायचं नाही!'

आणि तो शिष्ट श्रीनिवास! मला खरोखरच समजत नाही की ह्याला नितीनबद्दल सर्व समजलं आहे की काय? मग माझं लग्न जमवण्याची एवढी घाई का? नितीनला हे सगळं कसं समजणार? गेल्या आठवड्यात मी त्याला भेटले नाही. तो कधी घरी आला नाही आणि हे लग्न ठरल्यापासून तर घर म्हणजे तुरुंग झालाय. एकटी बाहेर पडेन तर ते शक्य नाही. उगीचच निमित्त काढून कोणीतरी बरोबर सोबत म्हणून येतील. त्यांच्या मनात काय आहे कळत नाही. कट केल्याप्रमाणं सगळे वागत आहेत. "अगं, अद्याप अशीच काय बसली आहेस?" लगबगीनं आत येत आई म्हणाली, "तो गजरा घाल, बाहेर मंडळी खोळंबलीत."
–सांगू का सगळं आईला? काय उपयोग आहे पण! निव्वळ अरण्यरुदन! पंचवीस वर्षं झाली लग्नाला. प्रत्येक दिवस डोळ्यांतल्या पाण्यानं भिजलाय. बाबा तसलेच आहेत. आईला स्वत:चं व्यक्तिमत्त्व उरलंच नाही. ती तशी, मी

अशी! आईनंच गजरा गुंफला. वेणीवर केस उगीचच ठाकठीक केले. उसन्या बळानं मी आरशासमोर उभी राहिले. काय भयाण चेहरा झाला होता माझा! चार रात्री झोप नाही. नितीनची आठवण. लग्न कसं मोडता येईल याची काळजी! डोळे नुसते लाल लाल झाले होते. एवढ्यात बाबा आत आले. तिखट स्वरात ते एकच वाक्य बोलले, ''आजच्या दिवसात राणीसाहेबांचा शृंगार संपणार आहे का?''

–मी खाली मान घालून बाहेर आले. खोलीबाहेरच उमाकाकू चहाचा आणि पोह्यांचा ट्रे हातात घेऊन उभ्या होत्या. त्यांच्या हातून ट्रे घेऊन मी चालू लागले. पुरंदरे बापलेक आले असावेत. परीक्षकाच्या अभिनिवेशात काहीतरी प्रश्न विचारतील. मी बसते कशी... उठते कशी... काटेकोरपणानं बघतील आणि एवढ्या अर्धा तासात खुळचट परीक्षेवरून जन्माचा करार करतील, आयुष्याचा प्रश्न सोडवतील.
वडिलांनी मुलामुलींची लग्नं ठरविण्याचे दिवस संपले, हे त्यांना कधी कळणार? आणि तो मुलगा उद्याचा नवरदेव कसा असेल? मनश्चक्षूंसमोर त्याची मूर्ती आणताच येईना. आवश्यकता वाटतच नव्हती; पण मनाविरुद्ध प्रवासाला निघाल्यावर अभावितपणे का होईना, त्यातल्या त्यात खिडकीची जागा बघतो आपण, तसंच होत होतं! कसा असेल तो? कोणत्या तरी कॉलेजात आहे म्हणे! मग तो काय विचारेल असं? खेळांची आवड आहे का? वाङ्मयात गोडी वाटते का? कोणती गोष्ट आवडली? कोणता लेखक आवडतो? हं! असले माहितीपत्रकातले प्रश्न विचारून स्वभाव अजमावता येतात की मनं जोडता येतात?
–खळ्ळ!...
विचाराच्या तंद्रीत मी उंबरठ्याला अडखळले! कपातला चहा थोडासा बशीत सांडला. बाबांना तसा चहा सांडलेला बिलकुल आवडत नाही. घाईघाईनं जवळ घेत पाहुण्यांच्या लक्षात येणार नाही अशा आवाजात बाबांनी मला जामलं, ''नीट बघ की जरा!'' –मी मान खाली घातली. तोच एक शांत प्रेमळ आवाज कानावर आला, ''पोरी, घाबरू नकोस. मी काही वाघ नाही.'' समोर डॉक्टर पुरंदरे बसले होते. त्यांच्या नजरेत करारीपणा होता; पण चेहरा प्रेमळ होता. आवाज गंभीर होता, पण त्यात रागाचा लवलेश नव्हता आणि हे काय, पुरंदरे एकटेच? त्यांचा मुलगा नाही आला? मला आश्चर्य वाटलं.
''बैस बाळ, बैस!'' मी कळसूत्री बाहुलीप्रमाणे बसले.
''ही आमची सुलभा. ओळख करून द्यायचं कारण नाही म्हणा. आपलं

बोलणं झालेलं आहेच. आता तिला काही विचारायचं असेल तर विचारावं!''
—काय विचारतील? काही का विचारेनात! असं उत्तर द्यावं की बस! त्यांना
निघून जावंसं वाटावं. मोडू दे लग्न. पुढं व्हायचं ते होईल. आई उंबऱ्यात
उभी होती. वधूपरीक्षा होती माझी; पण माझ्यापेक्षा तिचा चेहरा बावरला होता.
वेडंवाकडं उत्तर देण्याचा विचार कुठल्या कुठं पळाला.

पोह्यांची बशी हातात घेत पुरंदरे म्हणाले,
''प्रश्न विचारायला मुलाची आई हवी होती. दहा वर्षांपूर्वी गेली. स्वत:
डॉक्टर असून तिला टाइफॉईडमधून वाचवू शकलो नाही. मला काहीच
विचारायचं नाही.''

पोहे संपवून त्यांनी चहा घेतला. श्रीनिवासनं सुपारी दिली. मग ते म्हणाले,
''बराय, मी निघतो आता!''

वडील, श्रीनिवास अन् मीही चकित झाले. वडिलांनी विचारलं, ''निघालात?''
—पुरंदरे उठून उभे राहत म्हणाले, ''मुलगी फक्त बघायची होती. विचारायचं
काहीच नव्हतं. केवळ रीतीरिवाज म्हणून काहीतरी प्रश्न विचारायला आवडत
नाही मला. औपचारिकतेपलीकडे काहीच अर्थ नसतो त्यात.''

मी साश्चर्य त्यांच्याकडे पाहिलं. माझेच विचार ते बोलत होते. वडिलांनी
चाचरत विचारलं,
''मग उद्या येऊ आपल्याकडं?''

माझ्याकडं बघत पुरंदरे म्हणाले, ''ज्याला हिच्याबरोबर आयुष्य काढायचं आहे
तो आलाच नाही. माझ्याच पसंतीवर त्याची पसंती! विक्षिप्त आहे काहीसा.
विसाव्या शतकात शोभणारा नाही. बापाचं वेड आहे त्याला. तीनतीनदा
'चल' म्हणालो, तरी आला नाही. तेव्हा मुलगी मीच बघायची आणि मला
तिच्यात दोष काढायला जागा दिसत नाही.''

''मग...?'' वडिलांनी आशेनं विचारलं.

''उद्या भेटू.''
पुरंदरे दरवाजापर्यंत गेले आणि तिथंच थबकले.

''एखादा फोटो आहे का मुलीचा? तो काही म्हणाला नाही. मला न्यावासा
वाटतो आहे.''

दाखविण्यासाठीच काढलेला फोटो श्रीनिवासनं तत्परतेनं काढून दिला.
माझ्याजवळ येऊन पुरंदरे म्हणाले,
''थट्टेने मी चिरंजीवांना 'स्थितप्रज्ञ' म्हणतो, तू त्या पलीकडची निघालीस.
आनंद आहे. वडिलांना म्हणालीस ना, तुमच्या मर्जीबाहेर मी नाही म्हणून!
छान छान. ह्यात सगळं आलं.''

मी चकित झाले. मुलाला पाहण्यात मी तिळमात्र उत्सुक नव्हते ते निर्विवादच. त्या बाबतीत मी स्थितप्रज्ञ होतेच. पण 'तुम्ही पसंत केलेला मुलगा मला पसंत आहे.' असं मी कधी म्हणाले?

पुरंदरे निघून गेले तरी मी ह्याच विचारात होते. एक मुलगी उजवण्यासाठी वडील माणसं बेधडक असं सांगू शकतात? मुलामुलींच्या आयुष्याचा प्रश्न, त्यांना पत्ता लागू न देता चुटकीसरशी सोडवू शकतात?

वडील व श्रीनिवास पुरंदऱ्यांना जिन्यापर्यंत पोचवून आले आणि घरात चर्चा चालू झाली. काहीच प्रश्न न विचारल्याबद्दल आश्चर्य व्यक्त करण्यात आलं. नंतर 'आमची सुलू कुणीही उचलावी अशीच आहे!' बंधुराजांनी उगीचच भाव खाल्ला आणि शेजारच्या उमाकाकूंनी स्वत:चीच जबाबदारी पार पडल्यासारखा अकारण सुस्कारा सोडला.

–मला ह्या गोष्टीत रस नव्हता, स्वारस्य नव्हतं. पुरंदऱ्यांच्या होकार-नकाराचं सुखदु:ख नव्हतं. पसंती-नापसंतीचं सोयरसुतक नव्हतं. त्यांचा मुलगा दिसण्यात 'देव आनंद'ला मागं सारणारा असला तरी मला कर्तव्य नव्हतं. मला नितीन हवा होता. तोच माझा 'देव' होता, 'आनंद' होता.

हे मी रोज घोकतेय! दिवसातून हजार, लक्ष, अनंत वेळा! पण शब्द ओठांबाहेर येत नाहीत. चेहऱ्यावरची सुरकुती न हलवता हा कोंडमारा मी सहन करते आहे. नितीनचं नाव वडिलांसमोर उच्चारण्याचं धाडस नाही. काय करू? किती दुबळी मी? कसला वारसा दिलास गं आई! तरी नितीन रोज म्हणायचा, अगदी मैत्रीचं रूपांतर प्रेमात झाल्यापासून म्हणायचा, "सुलभा, तुझ्या वडिलांकडे मला घेऊन चल. तुझ्या भावाची तरी ओळख करून दे. माझं तुझ्यावर प्रेम आहे आणि लपूनछपून प्रेम करणं हे माझ्या स्वभावात नाही." मी तेव्हाच नितीनला घरी आणलं असतं तर?– श्रीनिवासनं त्याचा अपमान केला असता. वडिलांनी काय केलं असतं कुणास ठाऊक? त्याला घरी आणण्याचा मला धीर झाला नाही, एवढं मात्र खरं. अजून नितीनचं शिक्षण चालू होतं. एक-दोन वर्षांत तो चांगला मिळवता गृहस्थ होणार होता आणि एक-दोन वर्षांत माझं लग्न ठरवलं जाईल ह्याची कल्पनासुद्धा नव्हती मला! त्याचा अपमान होईल या भीतीनं त्याला मी कधी घरी आणलं नाही. नितीन भावनाप्रधान होता. श्रीनिवासला भावना नावाची चीज माणसाला लागते ह्याचा पत्ता नव्हता. माझा नितीन हळवा होता. श्रीनिवासनं तो शब्द फक्त पुस्तकातून वाचला होता. भावनांना शब्द सापडत नव्हते. जीवनवेलीचे तिढे वेडेवाकडे बसत होते. दिसत होतं डोळ्याला. मनाला समजत होतं. सोडवायला मार्ग नव्हता. सांगायला वाचा नव्हती.

पुरंदऱ्यांचा होकार आला. त्यांच्या मुलानं मला पसंत केलं. म्हणजे खरोखर काय केलं? त्यानं माझा फोटो पाहिला. छाया-प्रकाशाच्या कमीजास्त मिश्रणानं तयार झालेल्या चतकोर कागदाकडं बघून आयुष्याचा निर्णय घेतला. मागं घेता न येणारा शब्द देऊन टाकला. आश्चर्य आहे! तो फोटो काय त्याच्याशी बोलला? चार दिवस टिकणारा एखादा जिन्नस बाजारातून आणताना आपण चार दुकानं पालथी घालतो, दराची चौकशी करतो, माल पारखतो! ह्या पुरंदऱ्यांच्या मुलानं आयुष्याची जोडीदारीण शोधताना एवढीही चौकशी केली नाही! कुठल्याही मुलीशी पटवून घेण्याची धमक आहे, की अतिशय दैववादी आहे?

विक्षिप्त आहे झालं! कसा का असेना? मला काय कर्तव्य आहे त्याच्याशी! माझं लग्न मी नितीनशी ठरवून टाकलं होतं. हा मुलगा चांगला असेल. रूपानं, गुणानं कदाचित नितीनपेक्षा श्रेष्ठही असेल; पण तो माझ्यासाठी नाही अन् मी त्याच्यासाठी नाही.

प्रयत्न थकले की माणूस दैवावर विसंबतो. वस्तुस्थिती बदलता येईनाशी झाली की मनोराज्याचा महाराजा होतो. मी तसल्याच सिंहासनावर आरूढ होऊन म्हणत होते, 'काहीतरी घडेल, ठरलेलं लग्न मोडेल.' सम्राटाच्या शिरावर जशी टांगती, नागडी तलवार असते तशी माझ्या डोक्यावरही पुरंदऱ्यांची टांगती तलवार होती. वैवाहिक जीवनाच्या नाजूक सूत्रावर ती लोंबत होती; पण मधूनमधून त्याचाही विसर पडून मला वाटायचं, अचानकपणे अंतरपाट दूर होताच नितीन दिसेल.

पण तसं घडणार नव्हतं. मनोराज्यच ते! पाण्यावरच्या बुडबुड्याच्या आधारानं पोहायला शिकेन असं म्हणण्यासारखंच ते! योग्य वेळी भटजी भेटले. फराळाचं करायला शेजारणी सरसावल्या. आयुष्यातलं महान कर्तव्य करीत असल्याप्रमाणं श्रीनिवास वावरू लागला. हे भटजी लोक तरी असे वस्ताद! आठच दिवसांवरचा मुहूर्त नेमका त्यांना सापडला. जिच्यासाठी हे सारं, त्या सुलभेची कुणालाही पर्वा नव्हती. ही सर्वांत गमतीची गोष्ट नव्हती का?

मला सर्वांत नवल वाटलं ते श्रीनिवासचं. माझ्या पिढीतला माझ्यासारखाच तरुण, वयात आलेला. माझं मन त्याला समजू नये? सुलू कष्टी का? ... असं एकदासुद्धा त्याला विचारावंसं वाटू नये का? मला आधार देण्याचं तर बाजूलाच राहिलं, उलट पुरंदऱ्यांच्या मुलाचं कौतुक जातायेता मला ऐकवायचा. 'पुरंदरे स्पोर्टसमध्ये आहे. स्कूल ऑफ आर्ट्‌समध्ये आहे. परवा 'पोर्ट्रेट कॉंपिटिशन'मध्ये पहिला आला. काय सुंदर पेंटिंग्ज करतो! वा:वा:! भलताच पॉप्युलर आहे

स्कूलमध्ये.' एक ना दोन. जणू त्याचंच लग्न व्हायचं होतं पुरंदरेशी!
छे! ही थट्टा नाही. हे स्वप्न नाही. आयुष्याचा निर्णय लागण्याचा क्षण येऊन ठेपला. आता अशीच गप्प राहिले तर? तर, जन्मभर भग्न प्रीतीचे अवशेष जपत आणि भक्तीचं नाटक करीत संसार...! आता थोड्याच दिवसांत सुलभा जगातून नाहीशी होईल! सौ. पुरंदरे जन्माला येईल. बँडच्या घोषात मिरवत जाईल. स्वत:चं मरण स्वत: पाहील!
आणि नितीन? एवढा वेळ मी माझाच विचार केला. नितीनचं काय होईल? तो वेडावेल. जेवणार नाही. झोपणार नाही. परीक्षेलाही बसणार नाही. फार काय... नको!
तशी कल्पनाही नको!
काय करू? कुणाला विश्वासात घेऊ? श्रीनिवास की बाबा? एक सख्खा भाऊ, एक वडील. दोघांच्या कानांत आत्तापासूनच सनईचा सूर घुमत होता. नितीनबरोबर पळून जाऊ? पण त्याला नोकरी नाही.
काहीच मार्ग नाही. पण नव्हता कसा? एक होता. अशक्य का होईना; पण एक मार्ग होता. काही कारणास्तव पुरंदऱ्यांकडून नकार आला तर? कुणाकडून तरी माझ्या प्रेमप्रकरणाची माहिती त्यांना कळावी आणि त्यांच्या मुलानं नकार द्यावा– आणि ह्या विचाराबरोबरच एक विलक्षण कल्पना माझ्या डोक्यात आली. पुरंदऱ्यांची वयोवृद्ध मूर्ती माझ्या नजरेसमोर आली आणि माझा निश्चय ठरला. मी त्यांच्या घरी जाणार नव्हते. त्यांच्या मुलाची व माझी भेट होऊन फोटोमुळं मला त्यानं ओळखलं असतं. दवाखाना शोधून काढणं फार कठीण गेलं नाही. सगळ्या मैत्रिणींना भेटून गेते अशी थाप ठोकून बाहेर पडल्यामुळं मागे कुणाचा ससेमिरा नव्हता.

बाहेरच्या प्रशस्त व्हरांड्यात खूप पेशंट बसले होते. बॉयला मी माझं नाव सांगितलं आणि छातीचे ठोके मोजीत उभी होते. माझ्या अंगात एवढी धिटाई कुठून आली, ह्याचं मलाच नवल वाटत होतं. मला कुणाचाच आधार नव्हता. बुद्धिबळाच्या डावात सर्व मोहरे निकामी होऊन एखादंच उरलं म्हणजे ते माततं आणि कुणावरही उलटतं असा नियम आहे. माझी अवस्था तशीच झाली होती. झुलतं दार उघडलं गेलं. मी आत गेले. पुरंदरे नेहमीपेक्षा आणखीन गंभीर झाले होते. "बोल बाळ, अशी अचानक दवाखान्यात का आलीस?"
तीव्र नजरेशी सर्वस्वी विरोध दर्शवणारा तो आवाज ऐकताच मला धीर आला. कोरड्या ओठांवरून जीभ फिरवत मी म्हणाले,

"मला आपल्याला एक सांगायचं होतं."

"बोल, बोल नीट आणि थोडक्यात सांग. लग्नासंबंधीच सांगायचंय ना तुला?"

मी मानेनंच होकार दिला व विचारांना कोणत्या शब्दाचा आधार द्यावा हे पाहू लागले.

"बोल!"

"मला लग्न करायचं नाही." वाक्य तर तोंडून गेलं.

पुरंदरे हादरले. माझ्याकडे जास्त तीव्र नजरेनं पाहत, पण फारसा तोल गेलेला नाही, असं दर्शवत ते म्हणाले,

"तुला माझ्या मुलाशी लग्न व्हायला नको, की लग्नच व्हायला नकोय?"

"होय."

"होय काय?"

आता जास्त धीर केलाच पाहिजे.

"माझं दुसऱ्या एका मुलावर प्रेम आहे." एका दमात मी ते वाक्य बोलले आणि घसा दाटून आला. डोळे भरून येताच मी रुमालात तोंड लपवलं. हुंदका बाहेर पडू न देण्याच्या खटपटीमुळं नकळत शरीर हलू लागलं.

"हे बघ बेटा, रडू नकोस. मला नीट सांग. मी तुझ्यावर अन्याय होऊ देत नाही. मला एवढंच सांग, हे तू तुझ्या वडिलांना कसं काय सांगितलं नाहीस?"

हळूहळू धीटपणा येऊ लागला.

"मला त्यांची अतिशय भीती वाटली. कुणी ऐकून घ्यायला तयार नाही. घरी कुणाला विश्वासात घेऊ शकले नाही. म्हणून आपल्याकडे आले."

"ते ठीक केलंस. माझ्याकडं यायलासुद्धा तुला आता उशीर झाला असं नाही वाटत तुला? नातेवाइकांना पत्रं गेली. आज सकाळीच मी हॉल ठरवून आलो. आता तुझे वडील छापखान्यात आमंत्रणपत्रिकांचा मसुदा सांगत असतील. इतके दिवस तू काय करत होतीस?"

"घरी माझं कोणी ऐकूनच घ्यायला तयार नाही. वडील म्हणजे जमदग्नी आहेत. श्रीनिवास– त्यांचाच मुलगा. परशुरामाचा अवतार आहे."

"जास्तीतजास्त त्यांनी काय केलं असतं गं! मारली तर नसती जिवंत!"

मी गप्प बसले. क्षणभर वाटलं, एकदम इथून पळून जावं.

"तुला प्रेमात पडून किती दिवस झाले?"

"पाच-सहा महिने!"

"आणि एवढ्या अवधीत घरच्या माणसांपैकी एकालाही त्याचा पत्ता लागला नाही?"

"मी लागू दिला नाही."

"का?"

"मला फाडून खाल्लं असतं सगळ्यांनी!"
"तू प्रेम करतेस तो माणूस एवढा नालायक आहे?"
"मुळीच नाही." मी आवेशानं म्हणाले.
"तरी तू आपलं प्रेम लपवून ठेवलंस? कमाल आहे. चांगलं उजळमाथ्यानं प्रेम करावं. जे प्रेम लपवून-छपवून, चोरून करावंसं वाटतं ते प्रेमच नव्हे. नुसती वासना, शारीरिक आकर्षण, आसक्ती, एक विकार!"
–ठासून बोललेल्या प्रत्येक शब्दानिशी माझ्या नाडीची लय वाढत होती. माझी मान खाली झाली.
"तुझ्यासारखी धीट मुलगी मला सून म्हणून आवडली असती."
"आवडली असती." ह्या शब्दामुळे मला धीर आला. धागा जरा सैल सुटताच पतंग जसा उंचावतो तसं माझं मन सैल झालं. पुरंदरे विचारमग्न होत सावकाश म्हणाले, "मला तू विश्वासात घेतलंस. खूप मोठी भरारी मारलीस. लोकांना जीवन प्राप्त करून देण्याचा पेशा माझा! तुझा विश्वासघात तरी कसा करू? आणि तुला नकार तरी कसा देऊ? फार पेचात टाकलंस पोरी. तुला अशी दवाखान्यात आलेली पाहताच माझ्या छातीत धस्स झालं होतं."
काही वेळ भयाण शांततेत गेला. त्याच स्वरात त्यांनी मला विचारलं, "मग मी आता काय करावं अशी तुझी अपेक्षा आहे?"
"काहीही करा, पण हे लग्न होणार नाही असं करा. मला एवढी भीक घाला!" मी अजीजीनं म्हणाले.
"हा झाला तुझ्या स्वार्थाच्या दृष्टीनं तुझा विचार! स्वत:च्या स्वार्थासाठी तू खूप मोठी उडी घेतलीस. गी गाझा स्वार्थ का पाहू नये? आज मलाही काही पोझिशन आहे. ठरवलेला हॉल रद्द करायचा, नातेवाइकांना परत पत्रं पाठवायची आणि त्याहीपेक्षा आज संध्याकाळी घरी गेल्यावर मुलाला सांगायचं की बाबा रे, तुझं लग्न मोडलं! त्याचा काय अपराध आहे ह्या सगळ्या गोष्टीत? केवळ माझ्या इच्छेसाठी तो लग्नाला उभा राहिला. त्याला का शिक्षा?"
"माझा खरंच अपराध नाही हो त्यात. शक्य असतं तर मी एवढी वेळ आणू दिली नसती."
"मी जर आता नकार दिला तर?"
"आपण तसं करणार नाही ह्याबद्दल खात्री आहे माझी."
"म्हणून तू मला पेचात धरतेस? तुझं ज्या माणसावर प्रेम आहे त्याची तरी तुला खात्री कशावरून आहे? मी जर आता हे लग्न मोडलं तर तो तुझा स्वीकार निश्चितपणे करील, असं वाटतं तुला?"
"नक्की, मला त्याच्याबद्दल विश्वास वाटतो. तो तशातला नाही."

"आता मात्र तुझ्याबद्दल कीव करावीशी वाटते. तुला अजून घरातल्या माणसांचे स्वभाव समजलेले नाहीत आणि ज्याचा अन् तुझा केवळ पाच-चार महिन्यांचा परिचय आहे त्याबद्दल तू ग्वाही देतेस? ह्याच काळात तुझ्या सौजन्याचा गैरफायदा घेऊन त्यानं तुझ्याशी अतिप्रसंग केला असता तर ती गोष्ट उजेडात येऊ नये म्हणून तू धडपडली असतीस. हे लग्न व्हावं म्हणून आई-वडिलांपेक्षा जास्त प्रयत्न केला असतास. मी हे लग्न मोडतो. तू मला फक्त एकच आश्वासन दे की, तो गृहस्थ कोणत्याही परिस्थितीत तुझ्याशी लग्न करील."

पुरंदऱ्यांचे मुद्दे सडेतोड होते, वास्तव होते; पण माझी अवस्थाही खोटी नव्हती. मी आणखीनच गोंधळले.

"मुली, प्रेमाचं महत्त्व मी जाणतो. म्हाताऱ्या खोडांना प्रेमातलं काय कळतंय, असं तुम्हा तरुणांना वाटतं. पण नाही. मी भूतकाळ विसरलो नाही. माझाही प्रेमविवाह झाला होता; पण तुमच्यासारखं मी प्रेम चोरून करत नव्हतो. प्रेमाच्या निश्चित दृष्टिकोनातून मी प्रेम ओळखतो. बाकीच्या वासना आणि विकार समजतो. आपण कुणाच्याही प्रेमात असावं ही हल्लीची फॅशन आहे. नुसतीच फॅशन म्हटली की, काही प्रमाणात लपवाछपवी आली. तुझंच उदाहरण घे. तू तुझ्या आईवडिलांना फसवलंस, भावाला बनवलंस, स्वत: फसलीस. माझ्या जबरदस्तीनं घरात आलीस, तर ज्यानं तुझ्यावर प्रेम केलं आहे तो फसतो आहे. बरं, त्याच्याशी लग्न केलंस तर आम्ही फसतो. ही फसवणूक प्रेम शिकवतं का? माझ्या मुलाचा तर काहीच प्रत्यक्ष संबंध नाही. तुला त्यानं पाहिलेली नाही. फोटो घेऊन नाचतोय; पार्ट्या झोडतोय. विवाहाची सुखस्वप्नं रंगवतोय. तुझ्या स्वार्थासाठी आणि माझ्या मोठेपणासाठी त्याला शिक्षा काय म्हणून? तो फार भावनाप्रधान आहे. गेल्या चोवीस वर्षांत त्याला मातृवियोगाचा एकच धक्का बसला; पण मला वाईट वाटू नये म्हणून माझ्यासमोर तो कधी रडलाही नाही. गुपचूप रडायचा. एवढं दुसऱ्याचं मन सांभाळणारा. त्याला का शिक्षा?" मी गप्प होते. इथल्या इथं गुप्त झाले तर किता बरं होईल. पुरंदरे थोड्याशा चढ्या आवाजात म्हणाले, "लोकांना फसवण्याचा तुम्हाला काय अधिकार? केवळ एक लहर! तारुण्य आणि सौंदर्य यांच्या अधिकाराने झालेला क्षणिक उन्माद! ते काही नाही. पोरी, जे घडलं ते पुरं होऊ दे! तुमच्यासारख्या दुबळ्या मुलींना एवढी शिक्षा हवीच. न पेलणारं वजन उचलू नये. माझा कोंडमारा मी एक वेळ सहन करीन; पण माझ्या पोराचा कोंडमारा नाही होऊ देणार. त्याचा माझ्यावर फार जीव आहे. नितांत श्रद्धा आहे. तुझं तूच निर्माण केलेलं दु:ख तू विसरू शकशील. हे लग्न झालंच पाहिजे. तू उठू शकतेस."

मी उठले ती निश्चय करूनच! माझं प्रेम प्रामाणिक आहे, तर कोणताच मार्ग शिल्लक राहायला नको. सबंध झाडच तोडायचं ठरल्यावर एखाद्या फांदीची काळजी कशाला?

मी तडक नितीनच्या खोलीवर आले. तो घरीच होता. परीक्षा जवळ आली होती. पुस्तकांच्या ढिगाऱ्यात तो तोंड खुपसून बसला होता. मी दार उघडताच त्याचं माझ्याकडं लक्ष गेलं. आठ दिवसांत त्याला तोंड न दाखविल्यामुळं स्वारी खूप गरम झाली होती.

''कुठं होतीस इतके दिवस?''

''इतके दिवस?''

''तुला काय पर्वा त्याची? आमच्या अवस्थांची कल्पना आम्हाला!''

''असं रे काय बोलतोस? मी कोणत्या परिस्थितीत आहे ह्याची कल्पना तरी आहे तुला?''

माझ्या प्रश्नाकडं दुर्लक्ष करीत तो म्हणाला,

''लहानपणी मी एक खेळ खेळायचो. मांजराच्या शेपटीला तूप लावून ठेवायचो. तुपाच्या वासानं मांजर गोल गोल फिरायचं. शेपटीही सापडायची नाही आणि दुसरंही काही करावंसं वाटायचं नाही. मांजराचे ते हाल मी सध्या भोगतो आहे!''

''इथे माझ्यावर फाशी जाण्याची वेळ आली असताना मी तुला खेळवीन होय?'' मी चिडून विचारले.

''म्हणजे?''

''तशीच वेळ आली आहे. माझं लग्न ठरवलंय. हॉलसुद्धा ठरला.''

''तरी तू गप्प बसलीस हे सगळं होईपर्यंत?''

''मला घरी कुणी बोलूच दिलं...''

''किती वेळा प्रयत्न केलास?''

''...आणि माझाही धीर झाला नाही.'' मी वाक्य पुरं केलं.

बराच वेळ शांततेत गेला. मी रडत होते. तो माझी समजूत कशी घालावी ह्या विचारात होता. बऱ्याच वेळानं नितीन सावकाश म्हणाला,

''तरी पहिल्यापासून तुला म्हणत होतो, मला तुझ्या घरी घेऊन चल. मोठ्या भावाची ओळख करून दे. चोरटं प्रेम नको. ते तू ऐकलं नाहीस. स्वतःही कुणाच्या कानावर घातलं नाहीस. हॉल ठरवेपर्यंत वेळ आली तरी गप्प बसलीस?''

''नितीन, तुला नोकरी नाही. शिक्षणच चाललंय अजून!''

''ती जबाबदारी माझी होती. मी काहीही सांगितलं असतं तुझ्या वडिलांना. आता काय उपयोग म्हणा! सर्व गोष्टी हाताबाहेर गेल्यावर आलीस. मला

फसवलंस एवढा आरोप करत नाही तुझ्यावर; पण तुझ्या दुबळेपणाचा तिरस्कार वाटतो. त्याहीपेक्षा आपलं प्रेम लपवून ठेवण्यासाठी जो आटापिटा केलास, तो फार घातक होता. तुझ्याबद्दल मी आई-वडिलांना अक्षर अन् अक्षर सांगितलंय. तुला तुझ्या प्रेमाबद्दल खात्री नव्हती, माझ्याबद्दल विश्वास नव्हता. आपण कुणाच्या तरी प्रेमात असावं ही हल्लीची फॅशन आहे. तसं तर तुला वाटत नव्हतं?

तुझ्याबरोबर तुझ्या घरी यायला मी किती उत्सुक होतो. काय उपयोग म्हणा! फार उशिरा आलीस. फार उशीर केलास तू!'' नितीन काय वाटेल तो मार्ग सुचवेल, मला सोडवेल, ही मला आशा होती. जो आधार मानून ह्या महासागरात उडी घेतली तो हाताला लागण्यापूर्वीच मी वाहून गेले. आता प्रवाहाबरोबर नुसतं वाहायचं? इच्छा नाही; अनिच्छा नाही, आसक्ती नाही, तृप्ती नाही, जीवन नाही, मरण नाही!

नितीन समजूत घालून थकला, मी रडून थकले नाही.

बऱ्याच वेळाने मी उठले.

''कोपऱ्यापर्यंत येतोस?''

''नाही. माझा अधिकार संपला!''

खलास! मी आता निराधार झाले. संसाराचा ग्रंथ सुरू होण्यापूर्वीच संपला. मध्ये काही दिवस गेले. गेले कसले! कापूर जळतो त्या वेगाने जळले. पाचोळा उडतो तसे उडाले. मला त्याची शुद्ध नव्हती. स्वत:ची आठवण नव्हती आणि मग एकदम अघटित घडलं. इतकं अघटित की घडून गेल्यावर खूप उशिरानं त्याचा अर्थ समजला. पुरंदऱ्यांकडून लग्नासाठी नकार आला. नितीनचे वडील तातडीने पुण्याहून आले. पुरंदऱ्यांकडून माझ्या प्रेमप्रकरणाची माहिती घरच्या मंडळींना कळली असावी. पुरंदऱ्यांकडे खेपा घालणारे वडील व श्रीनिवास आता नितीनच्या वडिलांकडे जाऊ-येऊ लागले. घरात नितीनचं कौतुक होऊ लागलं. कसला श्रीनिवास तो! मला वडिलांचीही चीड आली. नगाला नग मिळाल्याप्रमाणे खूश होते सगळे. आई म्हणजे पाण्यातल्या लोण्याप्रमाणे अलिप्त! काही का होईना, मला माझा नितीन मिळणार होता.

नंतर मी नितीनला पाहिलं, ते अंतरपाट दूर झाल्यावरच! जे घडलं ते सत्य का स्वप्न हे मला उमजलं नव्हतं; पण जे घडून गेलं ते मात्र मी स्वप्न मानू लागले. मी भारावले होते. नितीनच्या ओझरत्या स्पर्शानं सुखावत होते. वाटत होते, हे अखंड चालू राहावं, ह्या जागेवरून उठू नये. सनईचा सूर थांबू नये– हा क्षण अमर व्हावा! 'तो निळ्या सूटमधला गृहस्थ पाहिलास? तो माझा मावसभाऊ

शाम किर्लोस्कर दरवाजापाशी उभा आहे बघ!' –नितीन कानाशी कुजबुजला. मी तिकडे पाहिलं. त्या गृहस्थाच्या मागून पुरंदरे आत येत होते. त्यांना पाहताच अंत:करण दाटून आलं. त्यांनी स्वत:च्या मुलाचा संसार उधळून माझा संसार मांडला. व्याही म्हणून मिरवणार ते साधे आमंत्रित म्हणून आले. मी उठले.

"पोरी, आमंत्रण नसताना आलोय."

डोळ्यांतून गंगा-यमुनांचा पूर आला तो आवरेचना.

"अगं, बाळ हे काय?" असं म्हणत त्यांनी मला नितीनजवळ बसवलं. बराच वेळ नितीनकडे बघून समाधानानं मान हलवीत ते म्हणाले,

"तुझी निवड चांगली आहे पोरी!"

"ही देणगी तुम्ही मला दिलीत!" मी कसंबसं म्हणाले आणि पुन्हा रडू कोसळलं. प्रेमानं पाठीवरून हात फिरवीत ते म्हणाले,

"तू मिळवलीस आणि मी दिलीही. आता रडं आवर. माझा मुलगाही येणार होता; पण नाही आला. त्यानं तुला भेट दिलीय."

त्यांनी एक फ्रेम दिली. मी वरचा कागद अधीरतेने फाडला. माझ्या फोटोवरून बनवलेलं पोर्ट्रेट होतं ते. मी माझंच चित्र निरखून पाहू लागले आणि एकदम वाटलं... ही मी नव्हे!

मला जर ह्या चित्रातली सुलू होता आलं असतं तर! तर, माझ्याही चेहऱ्यावर हे निर्व्याजतेचे रंग भरले गेले असते. एवढी मोठी उपेक्षा होऊनसुद्धा त्याची अस्पष्टशी छटासुद्धा त्या रंगात उमटली नव्हती. बेधडक सात्त्विक रंग ओथंबून वाहत होते. झटकन वाटलं, हे चित्र दूर ठेवावं. योग्यता नाही त्याला हात लावायची!

"तुम्ही मला लाजवलंत!" वडील पुरंदऱ्यांना म्हणत होते.

"असं समजू नका. दुसऱ्याच्या दु:खावर उभारलेला स्वत:च्या सुखाचा डोलारा ढासळण्यासाठीच असतो. मुलगाही यायचा होता. चार दिवसांपासून आजारी आहे."

"मला त्याचीच काळजी वाटते," वडील म्हणाले.

"चालायचंच! बोलून दाखवणारा नाही तो. असं व्हायचंच. अहो, आई-बापाची सेवा करायला निघालेल्या श्रावणाला दशरथाचा बाण लागला. यात चूक कुणाची? तसंच पुन्हा घडलं. बराय येतो; घरी तो एकटा आहे."

आणि पुरंदरे गेले. सनईचा सूर चालूच होता. तो सूर थांबू नये असं मघाशी वाटत होतं; पण आता वाटू लागलं की, कुणातरी उपेक्षिताच्या अंतरंगाची भैरवी आळवणारे ते करुण सूर बंद व्हावेत! बंद व्हावेत!

♦

पान

८

“मालक, हे काही खरं नाही. सतत पाच दिवस भातात खडे लागत आहेत. उद्या एक जरी खडा लागला तरी आपण नवी कुपनं घेणार नाही!” नुकतेच जेवण आटोपून बाहेर आलेले येवलेकर म्हणाले.

फटकन बोलणार होतो, ‘तुम्ही कूपनं घेतली नाहीत तर माझी खानावळ काही बंद पडणार नाही! एखादा खडा लागायचाच. दात तर पडला नाही ना? घरी भातात खडा लागतो तेव्हा काय?’

–तेवढ्यात सकाळची आठवण झाली. ऑफिसला जाण्यापूर्वी जेवायला बसलो होतो तेव्हा पानात गुंतवळ आला म्हणून जेवण तसंच टाकून मी उठलो होतो. वास्तविक तेवढ्यावरूनच मी चिडलो नव्हतो. चिडलो होतो ते सुलभाच्या उत्तरामुळं. ‘सगळी माणसं सोडून नेमका तुमच्याच वाट्याला बरा गुंतवळ येतो! तुम्ही त्याचा प्रत्येक वेळी गाजावाजा करता. मी एकटीनं किती मरायचं?

तोंडं काही कमी नाहीत घरात. तुमच्या घरातली रीतच तसली. एकट्या बाईनं ऊर फुटेस्तोवर काम करायचं आणि वर नवरेलोकांची बोलणी खायची. माझंच नशीब खोटं!...’ आणखीन खूप! तसाच पानावरून उठलो. ऑफिसला गेलो आणि परस्पर इकडे येऊन बसलो. हे सर्व आठवून मी येवलेकरांना म्हणालो, “येवलेकर, रागावू नका. सांभाळून घ्या. व्याप केवढा आहे बघताय ना? रागवू नका. मी जातीनिशी तांदूळ निवडतात ना तेव्हा हजर राहीन. उद्या तुम्हाला खडा लागायचा नाही. डोन्ट वरी हं! आपलं घर माना.” येवलेकर खूश झाले आणि त्यांच्या चेहऱ्याकडे पाहून वाटलं की, सकाळी सुलभा मला असंच काहीतरी म्हणाली आहे, ‘हे पाहा, अगदी त्रास करून घ्यायचा नाही हं. तांदूळ सासूबाईंनी निवडलेत. उद्या मी स्वत: खडा पाहीन. तुम्ही बाहेरचा व्याप सांभाळून थकता, मी घरात थकते, पण असं एकमेकांवर

रागवायचं नाही. तुम्ही रागावून गेलात तर माझं लक्ष लागेल का घरात? मलाही मग वेड्यासारखं...'

"रामभाऊ, काय झालंय काय आज? राव, समोर पैसे ठेवून दहा मिनिटं झाली. कूपन द्या ना एक."
–मी भानावर येतो. एक कूपन काढून कुलकर्णींच्या हातात देतो. पाठोपाठ आलेला पत्की म्हणतो, "रॅमरॅव, रविवारी अस्मादिकांचा खाडा!–"
वेड्यावाकड्या उच्चारानं हाक मारली की मालकाशी जादा मैत्री वाटते. मला त्याने तशी हाक मारलेली मुळीच आवडत नाही. तरी मी गप्प बसतो. आईबापाविना वाढलेला जीव आहे तो आणि माझ्या माहितीप्रमाणेच बहुतेकांनी त्याला दूर लोटलाय.
थोडासा तिरसट आहे. पण मैत्रीचा लोभही आहे.
मारेना का कशीही हाक! मीही मग अगत्याने सांगतो,
"तुमच्यासाठी फीस्ट ठेवलीय, खाडा करू नका."
"कसली फीस्ट आहे? नेहमीसारखी श्रीखंड-पुरी असेल?"
"करेक्ट."
"पुरे की श्रीखंड-पुरी! आता स्वप्नात यायला लागली. रॅमरॅव, जरा बाहेर फिरा. दुसरी पक्वान्नं आहेत जगात."
"बरं, मग काय करू?"
"खूप दिवसांत बासुंदी नाही केलीत."
"बरं बरं, प्रयत्न करतो."
पत्की समाधानाने निघून जातो. त्याच वेळेला बापट येतो. चेहरा खंगलेला, सतत चिंताग्रस्त, अंगावरचे कपडे बेतास बात ठीक. त्याला भावाची काळजी आहे. त्याची काळजी कधी संपणार नाही. भाऊ डोक्यानं जड आहे तेव्हा त्याचा सगळा भार ह्याच्याच डोक्यावर आहे.
"सकाळी बापू आला होता का?" –नेहमीच्या काळजीने तो मला विचारतो.
"थांबा हं! वही पाहून सांगतो." त्याच्या नावापुढची फुली दाखवित मी म्हणतो, "नव्हता आला–'
आणखीन पडलेल्या चेहऱ्याने बापट खुर्चीवर बसतो.
"आता काय करावं ह्या प्राण्याला? कामधंदा मिळत नाही ह्याची त्याला खंत वाटते. पण म्हणून उपाशी का राहावं? त्याचा मला भार वाटतो हीच त्यानं समजूत करून घेतली आहे. चक्कर आहे!"
"बरं, तुम्ही आत जेवणार ना?"

खुर्चीवरून उठत बापट म्हणतो, "नको, तो उपाशी आहे. मला जेवायला बरं वाटत नाही. माझाही खाडा मांडा."
न जेवता बापट निघून जातो–भावासाठी! ह्या गादीवर मी बसलो नसतो तर हे प्रेम मला बघायला मिळालं नसतं. हे कुणीकडं आणि आमचे बंधुराज कुणीकडं! बापूला खंत वाटते त्याच्या एकअष्टमांश खंत आमच्या विश्वासला वाटली असती तर? म्हसोबा! मॅट्रिक असून कामधंदा करीत नाही आणि त्याच्यापेक्षाही मला गंमत वाटते ती आईची. दोघांची आई एकच; पण दोन पोटच्या गोळ्यांत ती एवढी तफावत दाखवते, ह्याचंच मला नवल वाटतं. कालचीच गोष्ट. कपडे दोघांचेही फाटत आले आहेत हे सत्य आहे; पण खरोखरच विश्वासला अष्टौप्रहर लोळण्यापलीकडे काम नसतं. मी मला पँट करायला टाकलेली समजताच आई विश्वासला म्हणत होती, 'साहजिक आहे बाबा. तो मिळवता आहे. तू ऐदी आहेस. तुला कोण विचारतंय? त्याला बाहेर फिरायचं असतं, तेव्हा त्यालाच आधी कपडे हवेत. ते काही नाही. तू त्याच्या नाकावर टिच्चून एकदम लठ्ठ पगाराची नोकरी धर. चांगली गाडी घेशील तेव्हाच त्याला तोंड दाखवायला ये!' असलं कान फुंकणारं बोलणं, तेही मला ऐकू येईल असं बोलायचं. विश्वासनं खरोखर गाडी घेतली तर त्यात मला दु:ख का आहे?...

"रामभाऊ, समथिंग राँग टुडे?"
पुन्हा भानावर येत मी म्हणालो, "नो, नो. आय ॲम ऑल राइट."
"पिशवी इथं ठेवू का म्हणून तीनदा विचारलं!"
"ओ, सो सॉरी! आणा इकडं पिशवी."
"कुणाला हात लावू देऊ नका."
"काही विशेष?"
"स्टोव्ह घेतलाय. नवीन निघालाय."
माझ्याशेजारी बसत घारपुरे सांगतो. त्याला आता काही सांगायची लहर आली आहे. स्वत:चं व्यवहारज्ञान पटवून देण्याची हुक्की आली आहे. असते, अशीही भूक असते काहींना. घाम पुसत तो सांगू लागतो,
"परवा आमच्या मेव्हण्यानं स्टोव्ह घेतला. असाच! काय माणूस पाहा पण! म्हणे रस्त्यावरून जाताना पाहिला, आवडला, दुकानात शिरलो, घेतला. आता हा काय व्यवहार झाला? साध्या व्यवहारात पैसे गाठीला लावता येत नाहीत, तर ही माणसं काय वर येणार? आज मी चार ठिकाणी हिंडलो. तीन तास पायपीट केली. तसलाच स्टोव्ह साडेसात रुपयाला आणला.
मेव्हण्यापेक्षा दीड रुपयांना स्वस्त. आठ रुपयाला जरी विकला तरी आठ

आणे सुटतात. It will be a business!''
''म्हणजे?''
''उद्या एक डझन स्टोव्ह आणणार आणि विकणार. मला माझा स्टोव्ह फुकटात पडेल.''
माझ्या डोक्यात आलं, एक स्टोव्ह फुकटात पडावा म्हणून कोण ही धावपळ! हा कसला बिझिनेस! ही पण नोकरीच झाली. पण नाही बोललो. कशाला त्याला खट्टू करा; पण त्याच्यामागून आलेल्या सरदेसाई-गोखले ह्या जोडगोळीनं त्याचं बोलणं ऐकलं होतं. एकमेकांना टोलवतात किंवा दोघे मिळून तिसऱ्याला टोलवतात, त्या वेळचा त्यांचा आवेश बघण्यासारखा असतो. दोघे जेवायला आले म्हणजे वातावरणात काहीतरी चैतन्य निर्माण व्हायचं. साध्या सिनेमात एखादाच देखावा 'टेक्निकलर' असतो, तसं त्यांचं आगमन वाटायचं. खाना-पीना, मजा करना आणि जाता जाता काड्या लावता आल्या तर बघणं हाच त्यांचा छंद. आपसांत नेत्रपल्लवी करीत सरदेसाई म्हणतात,
''ही तर निव्वळ हमाली आहे! काय हो गोखले?''
''आँ, मलाच म्हणालात ना? तर सांगतो, बरोबर आहे. ही हमालीच आहे. मला अगदी असलाच स्टोव्ह सात रुपयाला मिळाला. तरी पण ही यातायात आपल्या देवाला होणार नाही.''
''आणि ह्यांचे डझन स्टोव्ह खपले नाहीत तर एक स्टोव्ह नव्वद रुपयाला पडणार की!'' सरदेसाईंचा रिमार्क.
''शिवाय लहान जागेत बारा-नाही, तेरा स्टोव्होंची अडचण.''
जमलेल्या मेंबर्समध्ये हास्यकल्लोळ होतो. घारपुरे जेवायला जातो, पण त्याला कितपत भूक राहिली असेल ह्याची मला शंका वाटते. तो गेला तरी गोखले बोलतच असतो. ''असले लोक खऱ्या अर्थाने जगतच नाहीत. दिसली वस्तू, आवडली, घेतली, मोकळं झालं. तो कैफ काही औरच. ते जीवनही औरच. ते जीवनही वेगळं. त्याची किंमत रुपये-आणे-पैत होणार नाही.''
''नाहीच होणार आणि झाली तरी कुणी विचारणार नाही. कारण आता आणे-पै राहिलेच नाहीत. नाही का?'' तेवढ्यातल्या तेवढ्यात सरदेसाईंनी गोखलेला टोलवला. दोघे जण मग आपण कशी धमाल केली ह्या समाधानानं बाहेर पडतात. घारपुरेही विशेष न जेवता स्टोव्ह घेऊन बाहेर पडतो.
–मला हे चटके नवीन नाहीत. घासाघीस न करता वस्तू आणल्याबद्दल आई, बायको आणि बेकार भाऊ ह्यांची बोलणी मी खूपदा खाल्ली आहेत. परवाच पँटचं कापड पाहून लोळता लोळताच विश्वास म्हणाला होता, 'मूळजी जेठा मार्केटमध्ये दीड रुपया कमी पडला असता.' तरी घारपुरेची एक गंमत त्या

दुकलीला माहीत नव्हती. मेंबर होण्यासाठी घारपुरे जेव्हा प्रथम आला, तेव्हा त्यानं विचारलं होतं, ''एका महिन्याचे दोन्ही वेळचे तेहेतीस रुपये. एकदम सहा महिन्यांचे पैसे भरले तर 'कन्सेशन' आहे का?'' –मी म्हणालो होतो, ''सहा महिन्यांचं जेवण एका महिन्यात जेवलात तर विचार करू!'' त्याच वेळी ओळखलं की, हा गृहस्थ भाताच्या मुदीतली शिते मोजणारा आहे म्हणून! त्या जोडगोळीला हे कळते तर चेष्टा करून त्यांनी घारपुरेला बोर्डिंग सोडायला लावलं असतं!

हसण्याच्या आवाजावरून मी ओळखलं, बोरकरांची स्वारी आली आहे. चार फूट दहा इंच उंचीची ही मूर्ती खरोखर हसून हसूनच आडवी पसरली आहे. त्याचा आडवा होण्याचा हा वेग असाच कायम राहिला तर वेगळ्या टेबलाची सोय कुठे करावी, ही काळजी मला आहे. टेबलाला खेटून उभा राहत तो सांगतो, ''कल से हमारा खाडा.''
''क्यों?'' – मी हसत विचारतो.
''Love's labour gained.'' माझ्या वरचढ हसत तो सांगतो. मी त्याच्याकडे नीट पाहतो आणि एकदम मला वाटतं की, आज ह्याच हसण्यामागं केविलवाणेपणा लपविण्याची धडपड आहे.
''पेढे?''
''पेढे पहिल्यांदा वाटतात. पाचव्यांदा कधी वाटतो कोण?'' तो पुन्हा हसतो आणि पटकन डोळ्यांतून पाणी येतं. गडबडीनं तो म्हणतो,'' 'रामभाऊ' अंदाज चुकला. पाचव्यांदाही पेढेच.''
''वा! छान आहे की मग! पाच पांडव झाले. वा वा! नाव सहदेव ठेवा!''
पुन्हा पहिल्याप्रमाणं वाजवीपेक्षा जास्त मोठ्यांदा हसत बोरकर म्हणतो, ''Thanks for the suggestion.'' पुन्हा हसणं, आणखीन हसणं. हसणंच! दीड वर्षांपूर्वी घरातली खळबळ शांत करण्यासाठी, काहीच अक्षम्य घडलं नाही हे दाखविण्यासाठी मीही असं हसायचं सोंग चालू ठेवलं होतं. आई मात्र वैतागानं म्हणत होती, ''शर्थ झाली. पाचव्यांदाही मुलगीच. परक्याचं धन. म्हणायचं मात्र, 'धनाची पेटी'. विश्वास, तू लग्न करशील ते पाठचे सगळे भाऊ असलेल्या मुलीशीच कर रे बाबा. मग ती मुलगी कशीही असो.'' तेव्हा मात्र मी म्हणालो होतो, ''अगं आई, अशी रागावतेस काय? पाचही मुलीच. पंचकन्या स्मरेनित्यम्. मस्तपैकी छोकरीचं नाव मंदोदरी ठेवू या!''

''रामभाऊ, आमची अगदी सिक्स्टीन ॲनाज जिरवलीत.'' बन्याबापू

करमरकर दरवाजातून ओरडत येतात.
''का हो, काय झालं?''
''सकाळी डबा पाठवला नाहीत?''
''वामनला सांगून पाठवलं होतं. बरं, मग आता जेवणार ना?''
''वा, ही काय पृच्छा झाली, देवा? आज रानडेचाही डबा नाही पाठवलात तुम्ही, आम्ही दोघांनीही तुमच्या नावानं अगदी 'पृथक पृथक' केलं.'' हातानं शंख केल्याची खूण करीत करमरकर सांगतात.
''तरीच आवाज बदललाय!''
''तो पडशामुळं. आमची साउंड सिस्टिम बिघडली आहे ती शंख केला म्हणून नव्हे.''
''बरं जेवताय ना?''
''काय बेत आहे? काही 'कलर बाय टेक्निकलर' आहे का?''
''एकदम.''
''मग चला. लवकर नंबर लावा. सकाळी जेवण नाही. त्यात हे पडसं. आमचा अगदी 'लवथवती विक्राळा' झालाय!''
''अहो, मग एवढा उशीर का?'' हसणं आवरीत मी विचारतो.
''आम्हाला भेटले सुरेश हळदणकर. मग काय, एक तास गेला तिथंच. मग डोळ्यांसमोर 'मानापमान' उभं राहिलं. हे असं पाहिलं, ऐकलं की वाटतं 'मूव्ह' चुकली आहे. आमची नाही– त्याची.'' वर बोट करून बन्याबापू खेदानं म्हणतात, ''तुमच्या भाषेत पान चुकलं!'' –मलाही वाटतं की खरोखरच 'मूव्ह' चुकली आहे त्यांची. बन्याबापू एखाद्या नाटक कंपनीचे मालक किंवा संगीत नट व्हायचे. आवाज चांगला आहे. रंगात आले की नाटकातले संवादच्या संवाद पाठ म्हणतात. मला त्यातलं काही गम्य नाही; पण करमरकरांचं बोलणं मी ऐकत बसतो. 'सिक्टीन ॲनाज', 'कलर बाय टेक्निकलर' असले शब्दप्रयोग चांगल्या जेवणाला मजा आणतात. काही खास शब्दप्रयोग आहेत त्यांचे. त्यांनीच ते वापरावेत आणि ऐकावेत तेही मीच. त्यांनीच एके काळी ऐकवलेल्या नाटकातल्या आख्यायिका मी त्यांना नव्यानं आणि स्वत:च्या म्हणून ऐकवतो आणि मलाही ह्या क्षेत्रातलं ज्ञान आहे ह्या जाणिवेनं खूश होऊन त्यांना फीस्ट मिळाल्याचं समाधान मिळतं.
करमरकर जेवायला आत जातात. त्यांच्या पाठमोऱ्या आकृतीकडे मी बघत बसतो. तोच पटवर्धन काहीशा राकट आवाजात सांगतो, ''रामभाऊ, बडीशोप भाजून ठेवीत जा. समाधान बोर्डिंगमध्ये नेहमी भाजलेली बडीशोप असते.'' गेली तीन वर्षं बिनभाजक्या बडीशोपेचा बोकाणा भरीत व तेवढीच बडीशोप खिशात टाकीत तो मला हे सांगत आला आहे. त्याच्या फुगलेल्या गालांकडे

आणि खिशाकडे आळीपाळीने बघत राहतो. तोच कुणाच्यातरी हातांचा स्पर्श होऊन मी भानावर येतो. एक जाडजूड केसाळ हात माझ्या गल्ल्याकडे येतो. मी मनगट घट्ट धरतो त्याचं आणि माझी नजर वर जाते तो बिनीवाले! मी पटकन हात सोडतो. नेहमीप्रमाणे माझ्या कानाशी तोंड नेत ते म्हणतात,
“मी प्यायलोय आज!”
बिनीवाले येतात ते नेहमी पिऊनच. मला ते नवीन नाही; पण त्यांची आजची कृती गंभीर आहे. वास्तविक त्यांचं वागणं, पिऊन येणं, चमत्कारिक बघणं ह्यातलं मला काहीच पसंत नव्हतं. मन कठोर करता येत नाही म्हणून मी त्याला जेवू देतो इतकंच. थोड्याशा तिरस्कारानं मी म्हणतो, “बिनीवाले, हा कायद्याने गुन्हा आहे. पुन्हा असं काही कराल तर जेवायला येऊ नका असं नाइलाजानं सांगावं लागेल.”
“चमत्कारिक म्हणजे कसं?” बिनीवाल्यांनी विचारलं.
“तुमची कोणतीच गोष्ट मला पसंत नाही. बघता तरी किती चमत्कारिक! चमत्कारिक म्हणजे जळून गेलेल्या घराकडे घरमालक बघतो तसं!” मी चिडून म्हणालो. मला वाटलं की बिनीवालेही चिडतील. काहीतरी करतील. हो, पिऊन आलेला माणूस. त्याचा काय नेम सांगावा? पण भलतंच झालं. बिनीवाले रडायला लागले. अगदी आवाज काढून रडता रडता म्हणतात,
“तुमचं खरं आहे. सगळं जळून गेलंय. मन, शरीर, घरदार, व्यवसाय, सगळं सगळं पेटलंय.” आणि न जेवताच ते बाहेर पडतात. जाताना पुन्हा पुन्हा म्हणतात, “सगळं पेटलंय. अदलाबदल झाली आहे, जागा चुकल्यागत. पान बदललं आहे.”
नवीन जेवायला आलेले व जेवण करून बाहेर आलेले सगळे गप्प-गप्प झाले. तेवढ्यात बिनीवाल्यांच्याच वयाचे व आमचे जुने मेंबर डॉ. रानडे म्हणाले, “काय नशीब असतं पाहा रामभाऊ, तीनशे-तीनशे माणसं जेवायला यायची. तुम्ही बसला आहात तेच टेबल. वीस वर्षांपूर्वी त्यांचं होतं हे बोर्डिंग. सदैव एक हात गल्ल्यात. नाण्यांचा आवाज करीत बोलायचं हेच व्यसन. काय रुबाब असायचा विचारू नका. आता सगळं गेलं. भारी भावनाप्रधान माणूस. दिलदार. सगळ्यांनी लुबाडलं. फसवलं. आता ही अवस्था आली आहे. सध्या माझे पेशंट आहेत. रोज सांगतोय, दारू सोडा म्हणून. ते म्हणतात, दारू प्यायलो तर जेवण जाईल. जिथे मालक म्हणून जात होतो तिथे मेंबर म्हणून जायचं ह्या दुःखाची कल्पना तुम्हाला कधीच यायची नाही. दुसरीकडे जात नाहीत.”

–मस्तक सुन्न झालं आहे. अजाणतेपणी मी एकाला दुखवलं आहे. केवढा हा

पसारा, केवढं जिवंत नाट्य! किती ही पात्रं! सगळं और आहे. सहज नजर आत गेली आणि एक प्रचंड विरोधाभास पाहून पुन्हा त्या महान नाटककाराची मजा वाटली. भावे भविष्यकाळ रंगवीत भरभर जेवतो आहे. कालच त्याची एंगेजमेंट झाली आहे. पंधरा दिवसांनी लग्न आहे त्याचं आणि त्याच्याच शेजारी बसलाय तो नाडकर्णी. आठच दिवसांपूर्वी बायकोपासून विभक्त झालाय. पावलापावलावर हे जिवंत नाट्य चालू असताना पडद्यावरचा नकली-पोकळ अभिनय बघायला माणसं कशी धावतात, त्याचं नवल वाटतं मला. आमचे मालकही त्यातलेच. रोज सहाचा शो बघतात. सहा ते नऊ मित्र म्हणून मी त्यांचा व्याप सांभाळतो. तेवढ्या वेळात येणारे मेंबर्स मलाच मालक समजतात. घरच्या व्यथा विसरण्यासाठी मी इथं येतो आणि हा खेळ पाहून त्यात रमतो. कुणाच्या पानात खडे आहेत, कुणाला पानच मिळत नाही, कुणाला दुसऱ्याचं पानच चांगलं वाटतं, कुणी भरल्या पानावरून उठतो, स्वत:चं पान लपवण्याचा प्रयत्न आहे कुणाचा तरी आणि कुणी...
एकूण सगळे लोंबकळणारे – लोंबकळणारे!...

तोच अंगावर काहीतरी पडतं. परत मी भानावर येतो. मालकांनी फेकलेलं सिनेमाचं तिकीट असतं ते. मालक आंबट चेहरा करून सांगतात, ''पिक्चर टुकार होतं. नाव काय तर म्हणे, 'In search of happiness' डोकं दुखायला लागलं.''
–मी ते तिकीट जपून खिशात ठेवतो आणि मग मात्र एक मिनिट तिथे न थांबता घरी निघतो. मंदोदरी दीड वर्षांची झाली आहे. तिच्यासाठी पावलं झपाझप पडतात. तेवढाच विसाव्याचा क्षण आहे घरात. तिला मी ते सिनेमाचं तिकीट देणार आहे. तिला ते फार आवडतं. त्याच्याशी खेळता खेळताच ती झोपणार असते. तिकीट पाहून सुलभेच्या तोंडाचा पट्टा चालू होणार असतो. 'संसार नको, व्याप नको, बायको नको, मग मला का अडकवलीत? रोज सिनेमा बघायला शरम नाही वाटत?'... वगैरे खूप. विश्वास माझा हेवा करणार असतो. आई त्याचे कान फुंकणार असते.
आणि खऱ्या परिस्थितीचा मी उलगडा करणार नसतो. माझं लक्ष असतं मंदोदरीकडे. नाहीतरी आता तिच्याकडे बघायला हवं आहे. अडखळत-पडत-धडपडत का होईना ती जमिनीवरून चालते आहे...
आमच्यासारखी लोंबकळायला लागली नाही अजून!

♦

सतीचं वाण

१

“अरे, त्या वैजनाथचं लफडं आहे, माहीत आहे का तुला?”
“मला माहीत नाही, पण कलाकार म्हटलं की असं काही असतंच.”
“आज आली होती ती पाहिलीत?”
“नाही.”
“वा, पहिल्या रांगेत, गँगवेजवळची तिची खुर्ची राखून ठेवलेली असते.”
“बरी आहे का दिसायला?”
“बरी? अरे यार, झोप उडून जाते. जात जळून जाते.”
“मग बरं झालं नाही पाह्यली तेच! तीन-चार रात्री बरबाद झाल्या असत्या तिच्या आठवणीत.”

ते दोघं वैशालीसमोरच बोलत उभे होते. जिच्याबद्दल आपण बोलत आहोत, ती व्यक्ती आपल्याच मागे उभी आहे ह्याची त्यांना दखल नव्हती. सत्कारसमारंभाला आलेल्या बड्या बड्या लोकांच्या मोटारींची रांग संपण्याची वाट पाहत, ते दोघं फूटपाथवर उभे होते. ती रांग संपताच त्यांनी रस्ता क्रॉस केला.

त्यांच्या पाठमोऱ्या आकृत्यांकडे वैशाली काही काळ पाहत उभी राह्यली. वैजनाथवर आपण कितीही उत्कटतेनं प्रेम केलं, तरी व्यवहारी जगात ते प्रेम 'लफडं' ह्या नावानंच ओळखलं जातं, हे ती जाणून होती. तरीही तिला आता नव्यानं वाईट वाटलं. सत्कारसमारंभाचा तिला एक शिणवटा आला होता. तो शिणवटा सौख्याचा होता. पूर्वीचा होता. वैजनाथवर स्तुतिसुमनांचा वर्षाव होत असताना, कुणालाही कळणार नाही अशा बेतानं वैजनाथ वैशालीला त्याच्या यशाचं श्रेय नजरेनं अर्पण करीत होता, त्याचा आनंदही होता आणि स्टेजवर वैजनाथशेजारी त्याच्या बायकोला बसलेलं पाहावं लागत

९४ । का रे भुललासी

होतं, ह्याचं शल्यही होतं. वैशालीचे पपा तिला म्हणाले होते,
'वैजनाथच्या बायकोला जी प्रतिष्ठा मिळणार आहे, ती प्रतिष्ठा तुझ्या प्रेमाला, – तुझं प्रेम तिच्यापेक्षा जास्त उत्कट असलं तरी–मिळणार नाही.'–वैशालीला आत्ता, त्या दोघांतल्या एकानं वापरलेला 'लफडं' हा शब्दही आठवला आणि पपांचे त्या वेळचे उद्गारही आठवले.

पपा!

एक थोर गृहस्थ. आपला बाप म्हणून थोर नाही, तर एक विचारी पुरुष म्हणून. त्यांच्याजवळ परखड विचार आहेत.

व्यवहारी आणि म्हणूनच कटू वाटणारे! त्यांच्याबद्दल प्रतिकूल मत बनवणारे. त्यांना भावना कळतात, पण डोळसपणा विसरून ते त्याच्या आहारी जायला तयार नाहीत.

–पपांचा विचार करता करताच, नकळतपणे वैशालीनं पण रस्ता क्रॉस केला. एकदा तिला वाटलं, शांतपणे चौपाटीवर जाऊन बसावं; पण तो विचार तिनं झटकून टाकला. चौपाटीवर? आणि शांतपणे? अशक्य! चौपाटीवर एखादा कोपरा पटकावून शांतपणे समुद्रावर पाहत बसायचं मनात आणलं, तर समोरून माणसं इतकी चालत असतात, की एखाद्या जत्रेतली गर्दी फिकी ठरावी. माणसांच्या ताफ्यातून समुद्र शोधून काढावा लागतो. मग वैशालीला वाटलं, टॅक्सी करावी आणि नुसतं भटकत सुटावं; पण भटकण्यालाही मर्यादा असते. शेवटी स्वतःचं घरच बरं!

–खरं म्हणजे आत्ता ह्या क्षणी एकच इच्छा होती. वैजनाथला त्या गर्दीतून बाहेर काढावा आणि नरिमन पॉइण्टवर दूरवर जाऊन बसावं. त्याला म्हणावं? पण खरंच, काय म्हणावं? आता खरं तर काही म्हणायचं उरलेलं नाही.

सत्कारसमारंभाच्या तीन तासांच्या कार्यक्रमात, स्तुतिसुमनांच्या वर्षावात तो न्हाऊन निघालाय. आपल्याजवळ आता त्याचं कौतुक करायला शब्दच उरलेले नाहीत; पण शब्दांची गरज आहे का? वैजनाथ आणि आपण एकत्र आल्यानंतर मौनाची भाषाच जास्त सशब्द होणार आहे. कदाचित वैजनाथाला पण ह्या क्षणी मौनाची भाषाच हवी असेल. सगळ्यांना सोडून– हो– बायकोलाही सोडून त्याला आपल्याच सहवासाची भूक असेल. पार्टीला तो आत्ता बायकोला घेऊन जाईल तो केवळ उपचार म्हणून! टाळता न येणारा उपचार! त्याला मनाविरुद्ध जावं लागेल. पार्टीत त्याला इंटरेस्ट नसणार. त्याला अशा बेभान करणाऱ्या क्षणी आपण हवे असतो. मघाशी स्टेजवर

सत्कार चालू असताना, तो आपल्याला नजरेनं हेच सांगत होता; पण नेमकी तीच गोष्ट अशक्य होती. कारण काय?– तर लौकिक, सामाजिक प्रतिष्ठा. ही प्रतिष्ठा वैजनाथच्या बायकोला, ती केवळ त्याची बायको एवढ्याच कारणाकरता आज मिळाली. हा दिवस केव्हातरी उगवणार होताच. ह्याच दिवसासाठी मनाची तयारी करायला हवी, असं पपा तेव्हा म्हणाले होते.

–फूटपाथवरून माणसांना चुकवीत चुकवीत वैशाली चालली होती. तिची पावलं तिच्या घराच्या दिशेनं पडत होती. तिचं विचारचक्र पुन्हा पपांच्यावर येऊन थांबलं. तिच्या पावलांची गती आपोआप वाढली. पपांना कधी एकदा भेटू असं तिला होऊन गेलं. त्यांच्याशी बोललं की मनावरचा ताण कमी होईल. आपल्या मनाची तडफड त्यांना कळेल. इतर कुणालाही आपली वेदना कळणार नाही. कुणाला कळावी ह्याची गरज पण नाही. तेवढी योग्यताच नाही कुणाची!

–विचारांच्या तंद्रीत– आणि पपांच्या आठवणीत वैशाली झपाझप चालत घरी आली. ती घरी आली आणि घराला कुलूप पाहून ती खट्टू झाली.

नाइलाजानं, जवळच्या किल्लीनं तिनं दरवाजा उघडला.

–दिवाणखान्याचा दरवाजा उघडल्याबरोबर तिची नजर समोरच्या पपांच्या तसबिरीकडे गेली. तसबिरीकडे पाहत पाहत ती तशीच त्यांच्यासमोर बसून राह्यली. तेव्हाही ती तशीच बसली होती. आत्ता जिथे पपांचा फोटो लावला होता, त्या फोटोखाली पपांची इझीचेअर होती. मागच्या बाजूला वकिलीच्या विषयावरचे जाडजूड ग्रंथ होते. कपाटंच्या कपाटं भरलेली होती.

शब्दाशब्दागणिक कीस पाडणारी, भुगा करणारी, भावनांना ठोकरून लावणारी ती कायदेशीर भाषा!– आणि त्या ग्रंथसंभारात अहोरात्र डोकं खुपसून बसणारे तिचे पपा! पण त्या क्लिष्ट कायदेकानूंप्रमाणे आणि वकिलीच्या रूक्ष व्यवसायामध्ये पपा तितकेच हळुवार राह्यले होते. आईच्या पाठीमागे त्यांनी वैशालीचा मित्र होऊन सांभाळ केला होता.

आईची आठवण म्हणून त्यांनी आजवर आंबा खाल्ला नाही. दोघांनाही नाटकांची दांडगी हौस होती; पण आईच्या निधनानंतर पपा नाट्यगृहाची पायरी चढलेले नव्हते; ते अगदी आजतागायत. ते अजून विषय निघाला की म्हणतात,

‘वैशू, शेजारच्या खुर्चीत बसून एकतानतेनं नाटक पाहणारी तुझी ममी आणि शेजारी मी, तिचा तो बेभान झालेला, उचंबळून आलेल्या वृत्तीपायी मोहरून गेलेला चेहरा–हे सगळे पाहण्याची मला इतकी सवय झाली आहे की आता एकट्यानं नाटक पाहायचं ह्या कल्पनेनंच जीव कासावीस होतो.’

–आणि पपांनी नाटक सोडलं ते सोडलं. ममीच्या सहवासात त्यांनी ज्या ज्या गोष्टींचा आस्वाद घेतला होता त्या सगळ्या गोष्टी त्यांनी कायम सोडल्या आहेत. ते म्हणतात, ''बेभान करणारे धुंद स्वर म्हणजे तुझी ममी. वेडापिसा करून टाकणारा फुलांचा सुवास म्हणजे तुझी ममी. अत्युत्तम चवीचं जेवण म्हणजे तुझी ममी. आयुष्यात जे जे परमावधीचं सौख्य देणारं होतं ते ते सगळं ममीनं दिलं मला. तृप्त करून गेली ती. आता काहीच अपुरं राह्यलेलं नाही की जे मी तिच्यामागं एकट्यानं लुटावं!– तुझ्या ममीची सर्वांत मोठी मला मिळालेली भेट म्हणजे तू. कळलं?''
–आणि पपांनी खरोखरच तसं सांभाळलं आपल्याला. ते आपले वडील नाहीतच, मित्र आहेत. मित्रांसारखेच ते आपल्याशी अखेरपर्यंत राहिले आहेत. पण सर्वांत गंमत म्हणजे, ममीच्या बाबतीत इतके हळुवार असणारे पपा, आपल्याला मात्र हळुवार होऊ द्यायला तयार नाहीत. त्यांनी जाता येता विचार ऐकवले ते विवेकाचे, तारतम्याचे. त्यांनी आपल्याला स्वप्नाळू होऊ नको म्हणून सांगितलं. सतत शिकवला परखडपणा. दुबळं बनवणारं प्रेम त्यांना मंजूर नाही. स्वत:च्या मनाला पटलेली गोष्ट करताना जगाची मुळीच पर्वा करू नकोस असं ते म्हणतात. आपण त्यांना प्रथम ओळखलं नाही.
वैजनाथवर आपलं प्रेम बसलं तेव्हा त्याच्याशी लग्न करायला पपा सहज परवानगी देतील ही आपली अपेक्षा होती. त्यांची परवानगी मागायला आपण आलो होतो तेव्हा ह्याच जागी बसलो होतो.
''पपा...''
''बोल वैशू.''
''पपा, अगदी स्पष्ट सांगू?''
''वैशू, माझी तुला काय शिकवण आहे?''
''...''
''निर्भयतेनं जगायचं. जगात चिरंतन गोष्ट एकच, ती म्हणजे सत्य. परमेश्वरापेक्षाही सत्य श्रेष्ठ. वाकायचं ते फक्त तिथं वाकायचं; आणि खुद्द आपणच सत्यस्वरूप झालो तर जगाला वाकवायची ताकद आपल्या अंगात येते. कळलं?''
''मला सांगितलं आहेत पपा तुम्ही हे खूपदा.''
''ते पुन्हा पुन्हा ऐकवायचं असतं. आपण फक्त चांगल्या वृत्तीच जोपासणार आहोत, हेही ह्या चुकार मनाला वारंवार बजावायचं असतं. बोल आता.''
''पपा, माझं वैजनाथवर प्रेम आहे.''
''I know that.''

“पपा...”
“बोल.”
“तुम्हाला कसं कळलं?”
“प्रत्येक गोष्ट सांगितल्यावरच कळते म्हणून कुणी सांगितलं?”
“पपा तुम्ही रागावलात.”
“बेटा, समज मी रागावलो; पण त्यानं सत्य बदलणार आहे का?”
“म्हणजे तुम्ही रागावलात?”
“मी तुला ‘समज’– असं म्हणालो. ह्याचा अर्थ मी रागावलो असा होतो का?”
“...”
“तू बोलली नाहीस काही?”
“तुम्हाला चालेल का पपा?”
“काय?”
“.....”
“वैशाली, अगदी स्पष्ट बोल. आडपडदा न ठेवता. प्रेम, लग्न ह्या जीवनातल्या फार मोठ्या गोष्टी. जीवन ढवळून टाकणाऱ्या, बदलून टाकणाऱ्या. आयुष्यातलं एक फसवं पण अटळ वळण. खूप जागरूकपणानं, डोळसपणानं दोन्हींचा स्वीकार करावा. त्यात वंचना करून घेऊ नये, दुसऱ्याची होऊ देऊ नये. ह्या बाबतीतले तुझे विचार मला लख्ख समजू देत. माझ्याशी तू जितक्या स्पष्टपणे बोलशील, तितके तुझे विचार तुलाच समजतील. बोल, तुझं वैजनाथवर प्रेम आहे? करेक्ट?”
“हो पपा.”
“एकाएकी कशामुळं प्रेम वाटायला लागलं?”
“त्यांचा अभिनय पाहून, कलासाधना पाहून.”
“म्हणजे बेटा, वैजनाथ तुला कलाकार म्हणून आवडला?”
“होय, पपा.”
“आणि माणूस म्हणून?”
“पपा, माणूस आणि कलाकार ह्या दोन निरनिराळ्या गोष्टी आहेत का?”
“अलबत बेटा. माणूस वैजनाथ निराळी व्यक्ती आणि कलाकार वैजनाथ निराळी व्यक्ती. त्यातला कोणता वैजनाथ तुला आवडला आहे?”
“वैजनाथ कलाकार म्हणूनच मला जास्त आवडला आहे.”
“मग माणूस वैजनाथची आधी ओळख करून घे.”
“का पण पपा?”
“कारण संसार करायचा असतो तो माणसाशी, कलाकाराशी नाही.”

"असं कसं होईल पपा?"
"बेटा, हा अंदाज नाही, तर्क नाही, सत्य आहे."
–वैशाली आता इरेला पेटली. ते पाह्यल्यावर पपांना बरं वाटलं. आता ही पोर बापाचं नातं विसरेल आणि मैत्रीण होऊन निर्भयतेनं बोलेल. निर्भयता शिकल्याखेरीज माणूस मोकळेपणी बोलूच शकत नाही.
"असलं कसलं सत्य?"
"आपल्या आवडीप्रमाणे सत्य बदलत नाही, बेटा. सत्यावरच आपली आवड बेताची असते. मी म्हणतो ते खरं आहे. संसार हा एक व्यवहार आहे, तडजोड आहे आणि तडजोड करणं हा माणसाचा स्वभाव झाला. कलाकाराचा नाही. तेव्हा वैजनाथ हा जेवढा कलाकार आहे, तेवढ्याच प्रतीचा माणूस असेल तर बेशक त्याच्याशी लग्न कर."
"मी फक्त कला पाह्यली आणि वाटलं..."
"काय वाटलं?"
वैजनाथच्या जीवनात जो उत्कट आनंदाचा क्षण असेल, त्या क्षणात माझी साथ असावी. माझा हिस्सा असावा. तो क्षण माझ्या सान्निध्यात फुलावा."
"मग वैशू, तसा क्षण खऱ्या कलाकाराला भेटतच नाही. कलाकार हा नेहमी अतृप्त असतो. तसा तो राह्यला नाही तर त्याची प्रगतीच खुंटेल. कलाकार नेहमी अस्वस्थ, अतृप्त हवा. का हसलीस?"
"वैजनाथचेच नेहमीचे शब्द मी तुमच्या तोंडातून ऐकले म्हणून हसले, पपा. ते सारखे म्हणतात, मी अपूर्ण आहे, अस्वस्थ आहे. त्यावर मग मी म्हणते... मी म्हणते..."
"बोल तू, मोकळेपणी बोल."
"मी म्हणते, आपण लग्न केलं की पूर्णत्व येईल. तू तृप्त होशील."
"ह्यावर तो काय म्हणतो?"
"तो म्हणतो, कुणास ठाऊक तसं होईल की नाही ते!"
"He is absolutely right."
"पपा, तुम्हाला पण असं वाटतं?"
"हो, कारण तो खरा कलाकार आहे. त्याच्याशी लग्न करून तू वैजनाथ माणसाला तृप्त करशील, पूर्णत्व देशील. त्याच्यातल्या कलाकाराला नाही तू पूर्णत्व देऊ शकणार."
"पण ते कसं?"
"ते कसं? असंच. बहुतेक सगळ्याच बायका तुझ्यासारख्या अज्ञानी असतात. काहीशा भाबड्या पण असतात. सरळमार्गी असतात बिचाऱ्या. रोखठोक

हिशेब मांडतात आणि कलाकाराला चार सामान्य माणसांप्रमाणं मानून त्याच्याशी संसार मांडतात. शेवटी त्याला दु:खी करतात, स्वत: दु:खी राहतात.''

''पपा, मी अशी ऐकणार नाही. मला नीट पटवून द्या.''

''मी सांगतोय ते फार सूक्ष्म आहे. लग्न आणि प्रेम ह्याला मी अटळ, फसवं वळण म्हणालो ते योग्य आहे. सामान्यत: सगळ्याच बायका त्या वळणार हरवतात. तुझं पण तेच होतं आहे. म्हणून सावध करतो. कलाकार कलेच्या प्रांतात जसा पूर्ण पुरुष वाटतो तसाच तो संसारात, पती म्हणून असणार, होईल, ह्या अंदाजावर तुम्ही स्वप्नं रंगवता. त्या कलाकाराचं गणित एकाच आकड्यापायी अपूर्ण आहे आणि आपण ते पूर्ण करणार आहोत, ह्या भावनेनं तुम्ही त्याच्या संसाराची जबाबदारी घेता. लग्न झालं रे झालं की तुम्ही त्याच्याकडे माणूस म्हणून बघता. आपला साथीदार प्रथम कलाकार आणि मग गृहस्थ आहे हे तुम्ही विसरता आणि ते एकदा विसरलात की दु:ख सुरू! त्याची अशांतता तशीच राहते. तुम्ही रोखठोक हिशेब मांडता की सर्वस्वाचा त्याग करून आपण धाव घेतली तरी हा अतृप्त. ह्याला आणखी काय हवं होतं? इतर बायकांच्या संसाराची, त्यांच्या नवऱ्यांची मग तुम्ही स्वत:च्या नवऱ्याशी तुलना करता. त्या तुलनेत साहजिकच सामान्य माणूस लायक नवरा म्हणून श्रेष्ठ ठरतो आणि मग तुम्ही झटकन निर्णय घेता की, अमुक अमुक बाईचा नवरा साधा हेडक्लार्क आहे, पण बायकोला सुखात ठेवली आहे. घरातलं सगळं बघतो.''

''पण पपा...''

''बेटा थांब, ऐकून घे. ह्यात काही गैर नाही. ही नैसर्गिक वृत्ती आहे. भूक आहे. फक्त ती ज्याची त्यानं ओळखायची आहे. म्हणून माझा पहिला प्रश्न की तुला कोणता वैजनाथ आवडला?''

''कलाकार वैजनाथ.''

''त्याच्या क्षेत्रात त्याला खूप यश मिळावं असं तुला वाटलं?''

''अर्थात.''

''किती यश त्याला मिळावं?''

''इतकं मिळावं की त्याला आज वाटणारी अस्वस्थता, अतृप्तता त्या यशानं संपावी.''

–वैशालीचं हे उत्तर ऐकल्यावर पपा क्षणभर तिच्याकडे पाहत राह्यले आणि त्यांची खात्री पटली की हा निर्धार वरवरचा नाही. त्यांनी विचारलं, ''समज वैशू, मी जर तुला म्हणालो की असं यश मिळण्यासाठी तू त्याचा त्याग केला पाहिजेस, तरच त्याला ते यश मिळेल; मग तू काय करशील?''

"मला त्याचा त्रास होईल, पण त्रासाला घाबरून मी त्याचा त्याग करणार नाही असं नाही."

"मग बेटा, तुला तेच करायचं आहे."

"..."

"वैशू..."

पण नाही. पपांनी हाक मारली. पण वैशाली गप्प राहिली. पपा असं काही सांगतील ह्याची तिला कल्पना नव्हती.

"बघ, तुझ्यावर परिणाम झाला. तू लग्न करू नकोस, असा मी तुला विरोध केलेला नाही. निर्णय घेतलेला नाही. तुझ्यापुढे मी फक्त facts and figures ठेवतोय. तुझ्या प्रेमाच्या जातीचा मागोवा घेतोय."

"–is it so!"

वैशालीचा चेहरा उजळला.

"शाब्बास. अशी प्रसन्न राहा. मधून मधून तटस्थ व्हायला शिक. स्वत:कडेही परकी होऊन पाहा. तो एक अभ्यास आहे. व्यासंग आहे. एखाद्या घटनेतला 'मी' काढून टाकला तर समस्येवर उपाय हमखास मिळतो. कारण त्या परिस्थितीतलं ममत्व नाहीसं होतं. आत्ता अशी कल्पना कर की, वैजनाथवर तुझ्यापेक्षा दसपटीनं जास्त प्रेम करणारी मुलगी आहे. तिचं व त्याचं लग्न झालं आणि चार-पाच वर्षांतच त्यांचं प्रेम उडून ती एकमेकांचा द्वेष करू लागली, तर तुला काय वाटेल?"

"मला?– मला फार दु:ख होईल."

"हो ना? मग तुझ्याही बाबतीत तेच घडण्याची शक्यता आहे."

"कशावरून?"

"कारण लग्न केल्यावर वैजनाथला पूर्णत्व येईल असं तुला वाटतं आणि त्याला वाटत नाही हेच कारण."

"पण मी त्याला जिंकून घेईन पपा, माझ्या प्रेमानं."

"तो जर जिंकला गेला तर त्यातला कलाकार नाहीसा होईल, कारण परतंत्र झालेला कलाकार निर्मिती करू शकत नाही आणि तू जर जिंकू शकली नाहीस तर स्वत: दु:खी होशील. ही अवस्था अटळ आहे. लग्न झालं रे झालं की मालकी हक्काची भावना, त्याला 'Sense of Possession' म्हणतात– ती सुरू होते. नवऱ्याच्या कलाकृतीवर भाळणारं आपल्याशिवाय कुणी असू नये असं वाटायला लागतं?"

"पण असं का?"

"अगदी सहज स्वभाव. दुसरं काही कारण नाही. खऱ्या गृहिणीला तिचं

घरकुल विश्वमय वाटतं. त्या विश्वात तिला जास्त वाटेकरी नको असतात.''

''ह्याला काय बुद्धिमत्ता म्हणतात?''

''बिलकुल नाही. संसार बुद्धिमत्तेच्या जोरावर होत नाही नेहमी. तो होतो भक्तीतून, प्रेमातून. प्रेमाचा उगम मनात असतो. भक्तीनं संसार करणाऱ्या स्त्रीनं वैवाहिक जीवनातला प्रत्येक क्षण संसार आणि नवरा यासाठी जपलेला असतो. तिनं स्वतःचं निराळं अस्तित्व मानलेलं नसतं. तिच्या साथीदारासाठी तिचा सतत त्याग चाललेला असतो. तो त्याग तिच्या साथीदारानं ओळखून तिला 'दाद' द्यावी, एवढीच तिची एकमेव इच्छा असते आणि मग तेवढ्याचसाठी तिला प्रेमात भागीदार नको असतात.''

''पपा, पण त्यात काही अस्वाभाविक आहे का?''

''अस्वाभाविक नाही हेच दुःख आहे. आपला माणूस कायम आपलाच राहावा ही पत्नीची भावना पण स्वाभाविक आणि कुणीतरी कलाकारावर भाळत राहणं हेही स्वाभाविक. उत्कटपणे दाद देणाऱ्या रसिकाकडे कलाकारानं आकृष्ट होणं हेही स्वाभाविकच. तसं झालं की त्या कलाकाराची बायको स्वतःला अकारण नालायक समजते. कल्पनेचे इमले रचायला लागते. नवऱ्यानं काहीही न करता, केवळ कल्पनेच्या राज्यात, नवरा शेवटपर्यंत पोहोचला असणार असं बायको गृहीत धरते. तिला तेव्हा तो स्वतःचा फार मोठा पराभव, अपमान वाटतो. मग नवऱ्याची कलासाधना हा तिला ताप वाटतो. अशी बायको आपल्या नवऱ्याला कलासाधनेत साथ देईल असं वाटतं का तुला?''

''पपा, तर्क–केवळ तर्कशास्त्रावर तुम्ही मला गप्प बसवता आहात.''

''बिलकुल नाही. केवळ तर्क माणसाला निरुत्तर करीत नाही. तसं असेल तर तर्कावर आधारलेलं तू दुसरं चित्र माझ्यासमोर उभं कर.''

''मला तेवढी बुद्धी नाही.''

''आहे. तू खूप शार्प आहेस. तुला दुसरा तर्क लढविता येत नाही ह्याचा अर्थ मी केलेला तर्क कुठंतरी सत्याला स्पर्श करून गेलाय हे तुला जाणवलं आहे. तसं असेल तर सत्य खोडणं अशक्य आहे हे तू जाणतेस.''

वैशाली गप्प बसली. गोरीमोरी झाली. पपांनी अगदी अगदी हळुवारपणे विचारलं, ''दोन दिवस गुपचूप रडलीस की नाही?''

–तिनं खाली मान घालून होकार दिला.

''तू वैजनाथची आवडती साडी नेसून दोनदा गेलीस; पण तो होता नव्या नाटकाच्या तालमीत. त्यात काम करणाऱ्या हिरॉईनशी तो जास्त वेळ बोलला, तुझ्याशी फार बोलला नाही आणि...''

''पपा, तुम्ही अगदी वाईट्ट आहात.''

''आता कसं बोललीस? हेच बघ आता. अजून तुझं त्याच्याशी लग्न व्हायचं आहे; पण तुला हे सहन होत नाही. मग लग्नानंतर काय होणार? हे दु:ख जास्त वाढणार. ते दु:ख मत्सरातून निर्माण होणार आणि मत्सर, अतीव प्रेमातून निर्माण होणार. वैजनाथला सुखी करण्यासाठी तू जीव टाकशील. नेकीनं संसार करशील. आदर्श गृहिणी होशील. घर मस्त ठेवशील. त्याची सेवा करशील. त्याला आवडीचं जेवण मिळावं म्हणून जिवाचं रान करशील आणि एवढं करत असताना तू एवढी दमशील, थकून जाशील की मग त्याच्यापलीकडं जाऊन कलाकार वैजनाथला जे कौतुक तुझ्याकडून व्हायला हवं आहे ते कौतुक करायला तुला एनर्जीच राहणार नाही. तो बेभान होऊन एखाद्या प्रयोगाचं वर्णन करील, एखाद्या रसिकाची उत्स्फूर्त दाद मिळाल्यामुळं त्याचं त्याच क्षणी पोट भरलेलं असेल, तहानभूक हरपलेली असेल?– तुला वाटेल की घरी आल्याबरोबर त्यानं माणूस व्हावं अन् तुझ्या स्वयंपाकाचा स्वाद घ्यावा. तसं नाही घडलं की तुझा हिरमोड होईल, तेही त्याच्या गावी नसेल, अशा वेळी काय होईल?–''

''मग काय करू मी?''

''लग्न कर ना, पण डोळसपणानं कर. वैजनाथकडं कायम कलाकार म्हणून पाहण्याची ताकद असेल तर कर. संसारात, व्यवहारात तो सामान्याहून निराळा वागणार आहे हे गृहीत धरून कर. त्याचं वागणं तुला विक्षिप्तपणाचं वाटेल. पण त्याच्या विश्वात त्या वागण्याला, त्याची अशी संगती असेल. ते आकलन होणार असेल तर कर. कलाकाराच्या सगळ्याच वृत्ती, सगळेच विकार उत्कट असतात. राग, प्रेम, लोभ, अभिलाषा, माया... ह्या सगळ्याच संवेदना पराकोटीच्या प्रखर असतात आणि त्यातल्या त्यात कोणत्या संवेदना केव्हा उफाळतील ह्याचे संकेत पण सामान्यांपेक्षा निराळे असतात. अमुक एक भावना आता ह्या वेळीच का?– असा प्रश्न कलाकाराला रुचत नाही. त्याला त्या क्षणी फक्त तेवढीच उत्कट साथ हवी असते. ती उत्कटता तू कोणत्याही क्षणी स्वत:त टिकवू शकशील का?''

वैशाली आता भांबावून गेली. जरा वेळ ती गप्प बसली. पपा तिला हे डोस कितपत पचले त्याचा अंदाज घेत होते. तेवढ्यात वैशाली म्हणाली,

''पपा, मी तुमचा सल्ला विचारला तर तुम्ही माझ्यासमोर काहीतरी विराट उभं केलंत. मला तुमचं मत सांगा ना.''

''माझं मत मी तुला जरूर सांगीन, पण मत म्हणजे केवळ मतच ते. निर्णय तुलाच घ्यावा लागेल. माझं मत असं आहे की, वैजनाथचा संसार करणारी

स्त्री, एक सामान्य स्त्री असावी. तुझ्याएवढी बुद्धिनिष्ठ नसावी. कलाकाराला एक साधी, संसारी स्त्रीच मिळावी. कलेतलं फार काही न कळणारी. अशा स्त्रीचं आणि कलाकाराचं पटेल असं नाही; पण एखादी तुझ्यासारखी शार्प बाई त्याच्याशी ज्या तिडिकेनं मतभेद निर्माण करील तेवढे प्रखर मतभेद सामान्य, प्रसंगी अशिक्षितही– स्त्री करणार नाही. कलाकाराला मैत्रीण असावी ती मात्र प्रज्ञावंत हवी.''

''म्हणजे पपा...''

''Yes, I am coming to that. तू वैजनाथची चांगल्यापैकी मैत्रीण हो आणि अखेरपर्यंत मैत्रीणच राहा. तुझ्यासारखी मैत्रीण आणि संसारासाठी एखादी अगदी साधी, स्वत:ची फारशी मतं नसलेली स्त्री, ह्याच्या जोरावर त्याचं जीवन सुसह्य, भरभराटीचं व्हावं.''

''मैत्रीण? –कायम मैत्रीण? –पपा, लोक काय म्हणतील? समाजातलं तुमचं स्थान...''

''त्याचा बागुलबुवा तू का बाळगावास? –सामान्य माणसाच्या पोटी एखादा असामान्य पोरगा जन्माला आला तर त्याचा बाप मोठा ठरतो का? –नाही ठरत. तसंच तुझ्यामुळे मलाही धोका निर्माण होत नाही. तू स्वत:शी एकनिष्ठ राहा. समाजाचा विचार कशाला करतेस? –वैजनाथला पत असली आणि तुला दणदणीत ऐपत असली की समाज तुम्हाला सलाम करील. समाजात आज असे नाटककार, दिग्दर्शक, कलाकार आहेत की ज्यांच्याजवळ दुसऱ्यांच्या बायका आहेत. माणसाजवळ पत हवी, ऐपत हवी आणि दुनियेला ठोकरण्याची जिगर हवी, मग दुनिया तुमचं कौतुक करते. मात्र त्या वेळेला एक गोष्ट मनाशी नक्की बाळगावी लागते की, ह्या अशा प्रेमाला समाजात तशी प्रतिष्ठा मिळणार नाही.''

''म्हणजे कशी?''

''समज, वैजनाथचा उद्या सत्कार वगैरे झाला, तर त्याच्या कलाकृतीचा गौरव करताना त्यातलं निम्मं श्रेय त्याच्या बायकोला जाईल. स्टेजवर त्याच्याशेजारी त्याची बायको असेल तेव्हा!''

''तिची योग्यता नसली तरी?'' –वैशालीनं विचारलं.

''बघ, तुझा अहंकार पुन्हा वर आला. वैजनाथच्या बायकोचा सत्कार होईल तो तिनं त्याचं कलाजीवन समृद्ध केलं म्हणून नाही.''

''मग?''

''संसारात तिच्या त्याच्याकडून ज्या अपेक्षा होत्या, त्या पुऱ्या न झाल्यामुळे, तिला जे क्लेश झाले असतील त्याची किंमत म्हणून तो सत्कार. क्रांतिकारक, कलाकार ह्यांच्यासारख्या कलंदर माणसांचा संसार, डोकं शाबूत ठेवून चालवणं हे सतीचं वाण आहे आणि अशा कलंदर माणसाला, त्याचं ध्येय गाठण्यासाठी

जी मैत्रीची साथ द्यावी लागते तेही 'वाणच' असतं. तेही काम सोपं नसतं.''
''म्हणजे कसं पपा?''
''कारण ते काम नसतं. तो एक कैफ असतो. नशा असते. त्या जोशात ते काम होऊन जातं आणि म्हणूनच तसं साहचर्य देता येणं ही तारेवरची कसरत असते. मैत्री ही केवळ मैत्री राहत नाही. प्रियकराचा उत्कर्ष होत चालला की मन आवरत नाही. धरबंद राहत नाही. प्रियकराची, त्या कलाकाराची उत्कटतेची भूक, साथीच्या व्याधीप्रमाणे आपल्यालाही घेरून टाकते. असे दोन उत्कट जीव एकत्र आले की उत्कटतेचं शेवटचं टोक गाठायला त्यांना वेळ लागेल का?''
''पपा, मी तुम्हाला वचन देते की...''
''मी ते वचन घेणार नाही, मी ते मागितलेलं नसताना. ते वचन पाळणं तुझ्या हातातच नाही. उत्कटतेतही जोपर्यंत बुद्धी जागृत आहे तोवर उत्कटता हे वरदान आहे. एरवी तो शाप आहे. शाप हा भोगूनच पार करावा लागतो. पराशराला साडेसातीचा शाप होता. तो क्षणमात्र का होईना चळला त्यातून महाभारत निर्माण झालं. तुझी-माझी तपश्चर्या तर त्याच्याएवढी नाही?– म्हणून म्हणालो, की कलाकाराची प्रेयसी राहणं–आणि–त्याला मर्यादित थांबवणं हेही सतीचं वाण आहे. त्यालाही ताकद हवी. कलाकाराची पत्नी जशी त्यागी हवी तशीच त्याची प्रेयसी पण त्यागी हवी. तसं नसेल तर कलाकाराचा विदूषक होतो. एका नटसम्राटाचं मोठं उदाहरण आपल्याला माहीत आहे. प्रेयसी पण नि:स्वार्थी असेल तर त्याचा उत्कर्ष होईल.''
–वैशाली स्तब्ध झाली. पपांना तिची फार फार अनुकंपा वाटली. तिच्या पाठीवर थोपटीत ते म्हणाले,
''गडबडून जाऊ नकोस. मी आहे तोवर निर्भय राहा. स्वप्नाळू होऊ नकोस, म्हणजे अपेक्षाभंग मोठ्या प्रमाणावर होणार नाही. लग्नासारखी मोठी बाब आहे. आपण दोघं शांतपणे विचार करू.''
–पण पुन्हा ह्या विषयावर चर्चा करायचं कारणच उरलं नाही. वैजनाथ नवं नाटक घेऊन दौऱ्यावर गेला आणि एके दिवशी अगदी अकल्पितपणे त्याच्या विवाहाची बातमी वर्तमानपत्रात प्रसिद्ध झाली.
त्या बातमीवर वैशालीचा विश्वासच बसला नाही. आपल्याला न सांगता वैजनाथ परस्पर लग्न करील, हे कसं शक्य आहे? वास्तविक वैजनाथ आणि वैशाली ह्यांच्यात लग्नाविषयी चर्चा झाली नव्हती; पण एकमेकांच्या नजरा, एकमेकांना शब्दाच्या पलीकडचं सांगत होत्या. निर्हेतुक-सहेतुक घडलेल्या स्पर्शातून, शब्द व्यक्त करू शकणार नाही ते व्यक्त झालं होतं. आता केवळ शब्दबद्ध व्हायचं राह्यलं होतं. असं असताना वैजनाथनं असं का करावं?

आपल्याला कमीतकमी विचारू का नये?
–तिच्या जिवाची चार दिवस घालमेल झाली. बातमी छापून आलेला पेपर तिनं अश्रूंनी भिजवून टाकला. तिची झोप उडाली. अन्नावरची वासना नाहीशी झाली. पपांनी तिला शांतपणे विचारलं,
"कलाकार वैजनाथइतकाच तुला माणूस वैजनाथ पण हवा होता तर?"
"मला त्यातलं कळत नाही. पपा! एकच इच्छा होती, आयुष्यात ह्या कलाकाराची आपल्या हातून काही सेवा घडावी."
"ते अद्यापि शक्य आहे. त्याला कलासाधनेत साथ दे, स्नेह दे, शुद्ध मैत्रीची जोड दे. तुझ्या हाताला काहीही लाभणार नाही, हे गृहीत धरून त्याची साथ कर."
–पपांचा कुठं तरी असा व्यवहारी अंदाज होता, की वैशाली काही दिवसांतच पूर्वपदावर येईल. एखाद्या मोठ्या घरी पडेल, संसाराला लागेल. तिच्या जीवनातलं एक छोटंसं पर्व लवकरच संपून जाईल.
पण हे सगळे अंदाजच ठरले. लग्नानंतर वैजनाथ वैशालीकडे येतच राह्यला. अपेक्षा केली होती, अंदाज बांधले होते – त्याच्यापेक्षा कितीतरी अल्पकाळात वैजनाथच्या संसाराचं चित्र पपांना आणि वैशालीला कळून चुकलं. दैवगती अशी की, अल्पावधीत संसारात अपयशी ठरलेला वैजनाथ कलाप्रांतात तितक्याच वेगानं कीर्तीशिखरावर पोहोचला. त्याच्या त्या वेगाचं सर्वांना नवल वाटावं असाच तो वेग होता.
वैशाली तर भारावून गेली होती. आपल्याला मिळणारं हे यश केवळ वैशालीमुळं आहे – असं जेव्हा वैजनाथ म्हणायचा तेव्हा वैशालीला स्वर्ग दोन बोटं राहायचा. जो जो वैजनाथला तिचं वेड लागू लागलं तो तो वैशालीचे लग्नाचे विचार दूर दूर पळायला लागले. तिचं आणि वैजनाथचं जाणं-येणं वाढत होतं.
वैजनाथबरोबर लोक आता वैशालीचं नाव जोडायला लागले होते. तिच्या नावाची एक खुर्ची प्रत्येक प्रयोगाला राहू लागली. हे किती काळ चालणार हे वैशालीला माहीत नव्हतं. तिनं अद्यापि मर्यादा ओलांडली नव्हती; पण ती सर्व तारेवरची कसरत आहे हे तिला पावलोपावली जाणवत होतं. केव्हा केव्हा भावना अनावर व्हायच्या. शरीरातला अणूरेणू बंड करून उठायचा. आपण ज्याच्यावर जीव तोडून प्रेम करतो त्याच्यापासून ठरवून ठरावीक अंतरावर राह्यचं –हे सारखं मनाला बजावून ती थकून जायची. वैजनाथ काही काळ भेटून गेला की त्या भेटीच्या सौख्याचा कैफ जसा मागे राह्यचा, त्यापेक्षा कितीतरी पट अधिक ताण मन काबूत ठेवावं लागत असल्यामुळे पडायचा.
...सत्कारसमारंभातून परत आल्यावर तिला आत्ताही तसाच ताण पडला.
–दरवाजा वाजला. वैशालीनं दार उघडलं. समोर पपा उभे होते. आत येत

त्यांच्या नेहमीच्या इझीचेअरवर बसत त्यांनी विचारलं,
''काय वैशू, कसा काय कार्यक्रम झाला?''
–आणि त्या एका प्रश्नानं वैशालीचा बांध कोसळला. पपांनी तिला जवळ बसवून घेतली. तिच्या डोक्यावरून हात फिरवीत, पाठीवर थोपटल्यासारखं ते नेहमीच्या धिम्या शांत स्वरात म्हणाले,
''काय झालं, वैशू?''
–बऱ्याच वेळानंतर ती शांत झाली. हुंदके देत ती म्हणाली,
''पपा, ताण नाही सहन होत हा. हा एवढा मोठा सत्कार पाह्यला. वैजनाथपेक्षा मोठ्या कलाकारांनी भाषणं केली, त्याचं कौतुक केलं, टाळ्यांचा गजर मिनिटामिनिटाला चालला होता. वाटलं की ह्या क्षणी आपण सगळं सौख्य उधळून टाकावं. रूढी, धर्म, सगळं झुगारून द्यावं. कण न् कण वाहून टाकावा, पण... पपा... नाही सहन होत हे.''
''बेटा, आपलं ठरलं आहे, नेमकं हेच करायचं नाही म्हणून.''
''पपा, हे किती अवघड आहे पण...''
''मला हे माहीत नाही का वैशाली? मी ह्या सर्वांतून गेलोय. सौख्य हे असं हाताशी आहे, मी जर केवळ दोनच इंच पुढे सरकलो तर सौख्य माझ्या कवेत आहे, पण मी त्याचा स्वीकार करणार नाही असं म्हणण्यात आणि तसं वागण्यात बेटा, क्लेश जास्त की सौख्य जास्त, हे तू मला सांगशील का?...''
''पपा, ह्या क्षणी माझी अशी अवस्था आहे की मी खरं बोलेन पण कदाचित योग्य बोलणार नाही.''
''असाच क्षण माझ्याही आयुष्यात आला होता.''
''पपा, तुमच्या?''
''हो. खूप वर्षं झाली त्या गोष्टीला. कोर्टात फार महत्त्वाची केस चालली होती. साक्षीपुरावे संपले होते. आरोपीतर्फे बचावाचं भाषण मला करायचं होतं. जवळजवळ पंधरा-वीस दिवस, रात्रीचा दिवस करून मी ते भाषण तयार केलं होतं. आरोपी होती एक स्त्री, तिच्यावर नवऱ्याच्या खुनाचा आरोप होता. तिची शिक्षा टळणं तसं कठीण होतं आणि म्हणूनच मी जास्त जिद्दीला पेटलो होतो. माझ्या बाजूनं डिफेन्स राह्यलाच नव्हता असं नव्हतं. पण तरीही बोलण्याचं, वक्तृत्वाचं कसब पणाला लावण्याचाच तो मामला होता आणि वैशू, त्या दिवशी मी बोलायला उभा राह्यलो. त्या दिवशी माझी अशी फार मनापासून इच्छा होती की, तुझ्या ममीनं कोर्टात येऊन माझं भाषण ऐकावं. त्या दिवशी मी केवळ वाचेनं बोललो नाही. शरीराच्या रंध्रारंध्रातून बोललो. त्या दिवशी न्यायदानासाठी मी समीप बसलेल्या न्यायाधीशाकडे टाहो फोडत नव्हतो. माझी वेदना त्या

'वरच्या' न्यायासनाबरोबर शब्दबंध जोडू पाहत होती. दिवसभर मी श्वास न घेता बोलत होतो, भूक-तहान विसरलो होतो. वेळेचं भान राह्यलं नव्हतं. बोलता बोलता तर नंतर नंतर ग्लानीच आली. स्वत:चा आवाज परका वाटू लागला. कुणाचा तरी संचारच अंगात आला असावा आणि बेटा, ते श्रम सार्थ झाले. ती बाई निर्दोष म्हणून सुटली. त्याच रात्री ती इथं आली. आली ती झपाटल्यासारखीच आली. डोळ्यांत अर्पणभाव मूर्तिमंत साकारलेला, ओठ कापरे, वृत्ती सैरभैर, अंगोपांगात उन्मादक भाव –अशी ती ऐन तारुण्याच्या बहरात असलेली स्त्री, इथं येऊन कोसळलीच. तुझी ममी तेव्हा तुझ्याच बाळंतपणासाठी माहेरी गेली होती. कुणालाही कळलं नसतं ती रात्र धुंदीत घालवली असती तर. प्रतिष्ठेला धक्का लागत नव्हता. आवश्यक ती सगळी सुबत्ता होती, सुरक्षितता होती. पण नाही. तेव्हा एकच विचार केला, की कोर्टात जी काय किमया घडली तो एक साक्षात्कार होता. त्या साक्षात्काराला पूर्णत्व आलं ते ती बाई निर्दोष सुटली तेव्हा. त्याचं श्रेय तेव्हाच मिळालं. मग आता जे काही घडेल ते दोन सामान्य माणसांत एरवी घडेल तेच! हे सौख्य तर आपल्याला पत्नी पूर्णत्वानं देते. त्यापलीकडे काय होणार आहे?– मग तिला तशीच पाठवली. ती रात्र नंतर तळमळत काढली; पण आपण ती परतवून लावली ह्याची आज आठवण झाली की ऊर भरून येतो. कोर्टातल्या विजयापेक्षा हा कुणालाही न कळलेला विजय फार मोठा! आयुष्यातले अनेक आनंदाचे क्षण, उपेक्षेचे हुंदके, दु:खाचे कढ आणि आवर घातलेले आवेग – हे ज्याचे त्यालाच माहीत असतात. एखादा तरी साक्षीदार अशा उन्मळून टाकणाऱ्या क्षणी जवळ असावा ह्यासारखी इच्छा पुरी न होणं ह्यासारखा शाप नाही; पण साक्षीदार मिळून त्याला त्यातली उत्कटता न कळणं ह्यासारखी वेदना नाही. त्यापेक्षा एकलेपणाचा शाप परवडला.'' पपा गप्प बसले. वैशाली सुन्न झाली होती. डोळ्यांतून धारा ओघळत होत्या. पपा तिला थोपटीत म्हणाले, ''माणूस वैजनाथ आणि कलाकार वैजनाथ हे दोन आविष्कार एकाच व्यक्तीचे. माणूस वैजनाथचा गौरव त्याची पत्नी करत आहे आणि कलाकार वैजनाथचा सत्कार तू करायचा आहेस. सीमारेषा ओलांडायची नाही. प्रांत बदलायचा नाही. एकमेकींची भूमिका बदलून घ्यायची नाही. त्याची पत्नी आता त्याची प्रेयसी होऊ शकणार नाही, म्हणूनच प्रेयसीनं पत्नीची भूमिका वठवायची नाही. ती सती ठरली तरी तिच्यासारखंच वाण तू घेतलं आहेस. कळलं का?''
–आणि मग वैशाली कढ आवरत राह्यली, पपा थोपटीत राह्यले.

♦

का रे भुललासी

१०

"कुमारकाका, हा दीपक कसा करतो पाहा. मला वाचवा."

सुजाता ओरडत खोलीत आली. किशोरकुमारनी झटकन हातातली पॅलेट खाली ठेवली. समोरच बसलेल्या त्या म्हाताऱ्याला जाण्याची खूण केली आणि त्यांनी सुजाताकडे पाहिलं. तिचा चेहरा घामानं भरलेला होता. छाती खालीवर, खालीवर उडत होती. तिच्या अंगात ब्लाऊज नव्हता. ज्याला जुन्या काळातली काचोळी म्हणता येईल असा काहीसा तो प्रकार होता. बाकीची वेशभूषा आश्रमातल्या शकुंतलेला शोभेल अशी होती. किशोरकुमारनी तिचा तो भेदरलेला चेहरा पाह्यला आणि ते म्हणाले,

"अगोदर अशी शांतपणे बस पाहू. हं, सांग आता. काय झालं?"

"दीपकनं मला, दीपकनं मला..."

ह्यापुढं ती बोलूच शकली नाही. तिला हुंदक्यावर हुंदके आले.

ती रडता रडता म्हणाली,

"माझ्या आईला फोन करा, तिला बोलवा."

"हो, हो, जरूर बोलावतो. तू मुळीच काळजी करू नकोस. मी इथं आहे. तुझ्या केसालाही मी तोपर्यंत धक्का लागू देत नाही. मला सांग सगळं. मी कुणी परका आहे का?"

"मला आई..."

"बोलावतो. तू आधी रडणं थांबव. माझ्या स्टुडिओत आहेस तू. कुणी पाह्यलं तर जास्त गैरसमज होईल."

–सुजाता शांत झाली.

किशोरकुमार बाहेर आले. त्यांनी मेघमालेला फोन केला. सुदैवाने मेघमाला घरात होती. पंधरा-वीस मिनिटांत ती पोहोचणारही होती.

"घाबरू नकोस हं. आई आत्ता येईल."
–किशोरकुमार दीपकच्या खोलीत आले. दीपक रंगवीत असलेलं पोर्ट्रेट अर्धवट राह्यलेलं होतं. इतकंच नव्हे तर त्या पोर्ट्रेटमध्ये आणि सुजातामध्ये मुळीच साम्य नव्हतं.
पॅलेट वेडीवाकडी जमिनीवर पडलेली होती. ब्रश इकडे तिकडे होते. खोलीत एकूण दैना बघवतच नव्हती.
त्यापेक्षाही जास्त भीती आर्ट सेंटरमधल्या इतर विद्यार्थ्यांना हा प्रकार जर समजला असेल तर काय, ह्याची होती. सुजाताला लगेच काही विचारण्याची सोय नव्हती. दीपक कुठंतरी निघून गेला असणार. गेली तीन-चार दिवस तो, जरा भरकटल्याप्रमाणे वागतोय.
काय करावं?
किशोरकुमारनी एक विचार पक्का केला. चेहऱ्यावर तटस्थतेचा मुखवटा चढवला. तो मुखवटा म्हणजे एक सच्चा मित्र होता. वरदान होतं. तो मुखवटा एकदा चढवला की कशाची भीती नाही. तो मुखवटा म्हणजे कवचकुंडल होतं. अंतर्मनात काय जळतंय, काय फुलतंय - पत्ता लागायचा नाही. खुद्द बायकोला नाही कळायचं, मग इतरांची काय कथा!
मुखवट्याच्या पहाऱ्यात, त्याच्या आधारानं किशोरकुमार त्यांच्या खालच्या ड्रॉइंग हॉलमध्ये आले.
हॉलमध्ये मोजके, म्हणजे मोजकेच विद्यार्थी होते. आज विद्यार्थी एवढे कमी का? करेक्ट. आज गुरुवार. आज न्यूड पेंटिंग. चौथ्या, पाचव्या वर्षांच्या विद्यार्थ्यांचाच हा विषय. किशोरकुमारनी हॉलमध्ये प्रवेश करताच, विद्यार्थ्यांनी गालातल्या गालात हसून, थोडी मान लववून आपापला आदर व्यक्त केला. आज फारसं कुणाशी न बोलता किशोरकुमार चटकन वर आले. वरचा घडलेला प्रकार कुणाला समजला नव्हता. आता सुजाताकडे जास्त लक्ष द्यायला हवं होतं.

"तू आलीस का? बरं झालं." मेघमाला दिसताच किशोरकुमार म्हणाले.
"सुजाताला काय झालं एकाएकी? बरी आहे ना?"
"एकदम ओ.के. तिला कॉफी वगैरे पाजली मी."
"काय झालं काय पण?"
"ते आता तूच काढून घे तिच्याकडून."
दोघं वर आले.
सुजाता आता पुष्कळशी शांत झाली होती. आईला पाहताच तिनं तिला मिठी

मारली. त्या दोघींना तिथंच सोडून किशोरकुमार आपल्या खोलीत आले. दीपकनं त्या पोरीला काय केलं असेल?

गेले तीन-चार दिवस तो चमत्कारिक वागतोय हे त्यांनी पाह्यलं होतं. त्याच्या खिशात तीन-चार फोटो सापडले होते. विवस्त्र अवस्थेतल्या बायकांचे ते फोटो होते. अर्थात किशोरकुमारनी ती बाब बिलकुल मनावर घेतलेली नव्हती. इतर सामान्य घरातल्या मध्यमवर्गीय माणसाच्या मुलाच्या खिशात असे फोटो सापडले असते तर ती गोष्ट, घर डोक्यावर घेण्याइतपत गंभीर ठरली असती. दीपकच्या बाबतीत, ती वस्तू अत्यंत गौण होती. त्याच्या वयाच्या दहा-बारा वर्षांपासून तो असे फोटो म्हणा, चित्रं म्हणा, किंवा अपुऱ्या वस्त्रातल्या बायका पाहत आलेला होता. किशोरकुमारनी त्याला कोणत्याच बाबतीत मज्जाव केला नव्हता. न्यूड पोर्ट्रेट करताना ते दीपकला आवर्जून स्टुडिओत घेत असत.

ह्या एका मुद्द्यावरून ते पुष्कळदा शारदाबरोबर भांडले होते. शारदाला त्यांचा हा दृष्टिकोन कधीच पटला नव्हता. शारदा बुद्धिमान स्त्री होती. काही वर्षं ती नर्स म्हणून नोकरी करीत होती. न्यूड पोर्ट्रेट्स करणारे किशोरकुमार आणि नर्सिंगची नोकरी करणारी शारदा– त्या दोघांना नग्नतेचं नावीन्य, कुतूहल राहिलेलं नव्हतं. त्यात खास काही नसतं– ह्याबद्दल त्यांचं दुमत नव्हतं– मतभेद नव्हता. मतभेद होता तो इथंच, की चित्रकाराच्या पेशापासून किशोरकुमारनी दीपकला दूर ठेवावं असं शारदाला वाटायचं आणि किशोरकुमारना वाटायचं की मुलानं आपली गादी पुढे चालवावी. त्याप्रमाणे त्यांनी दीपकला स्वत:बरोबर सगळीकडे न्यायला, दीपकच्या बालपणापासून सुरुवात केली होती. लहानपणापासून दीपकला प्रत्येक गोष्टीचा सराव व्हावा, स्त्री-पुरुष, लैंगिक जीवन, नग्नता–ह्याबद्दल विकृत स्वरूपात मुलाला काही कळण्यापेक्षा, निसर्ग त्याला खऱ्या अर्थानं, खऱ्या स्वरूपात समजावा ही किशोरकुमारांची इच्छा होती. त्या दिशेनं त्यांनी दीपकला हाताशी धरलं. दीपकनं देखील आपल्या बुद्धिमत्तेनं, कुशाग्र, चौकस स्वभावानं–वारंवार किशोरकुमारना दिपवून टाकलं. वडिलांप्रमाणेच त्यानं चित्रकलेत घोडदौड केली. वीस वर्षं वयाच्या आतच त्यानं आपला वन मॅन शो भरवला. न्यूड पेंटिंगमध्ये त्यानं स्वत:चं असं नवं तंत्र वापरलं. त्यानं पारितोषिकं पटकावली. जागतिक स्पर्धेत मानचिन्हे पटकावली. इलस्ट्रेटेड विकलीतून त्याच्यावर लेख छापून आले.

एवढ्यावर तो थांबला नाही. आयुष्यात यशस्वी व्हायचं म्हणजे निव्वळ लौकिक पुरेसा नसतो. त्याबरोबर पैसा हवा, हे त्यानं जाणलं. चित्रकलेबरोबर

त्यानं कमर्शिअल कामं पण हातात घेतली. सिनेमा पोस्टर्स, शो कार्डस्, पब्लिसिटी, फोटोग्राफी– सगळी कामं त्यानं धडाक्यानं सुरू केली. मित्र जोडले, हाताखाली माणसं ठेवली, भांडवल उभं केलं, पैसा जमवला. आयुष्याची सुरुवात त्यानं जोरदार केली आणि हे सगळं करीत असताना तो किशोरकुमारांबरोबर – त्यांच्यासमोर नतमस्तक होता. जीवनातलं पावित्र्य त्यानं नाकारलं नव्हतं. ब्राह्मण्य सोडलं नव्हतं. चारित्र्य ही बाब हसण्यावारी नेली नव्हती. उपास हे त्याला ढोंग वाटत नव्हतं. देवपूजा हे थोतांड आहे असं तो मानत नव्हता. देवदर्शनासाठी तासन् तास रांगेत तिष्ठत उभी राहणारी माणसं, टेरिलिनच्या पँटमध्ये आहेत, का सोवळं नेसून उभी आहेत हे त्यानं फाजील चोखंदळपणे पाह्यलं नव्हतं. भक्ती ओळखण्याकडे त्याचा कल जास्त होता. किशोरकुमारनी त्याला तसाच घडवला होता.
संस्काराचं महत्त्व किती आहे हे त्यांनी जाता-येता, विचारांनी आणि त्याहीपेक्षा जास्त प्रखरतेनं– आचारांनी ठसवलं होतं. आयुष्याची बाजी किशोरकुमारांनी जिंकली होती. कलावंताची कला जेवढी शुद्ध असावी लागते तितकंच त्याचं चारित्र्य, हे तत्त्व किशोरकुमारांबरोबरच दीपकनं नुसतं पाठ केलं नव्हतं तर ते तत्त्व त्यानं वडिलांच्या पावलावर पाऊल ठेवून प्रत्यक्षात उतरवलं होतं. स्टुडिओतल्या नागड्या उघड्या बायकांची चित्रं, लहान वयात पाहून दीपक पार बिथरेल, ह्या शारदेच्या कल्पनेला सुरुंग लागला होता.

आणि आज अशा दीपकबद्दल, सुजाता तक्रार घेऊन आली होती.
हे कसं शक्य आहे?
शक्य झालं असेल तर पुढं काय?
किशोरकुमारांचं आजचं हे वैभव, लौकिक, त्यांचा हा क्लास, त्यांच्या कलेवर जितका चालतो, तितका किंवा जास्त त्यांनी कमवलेल्या चारित्र्यावर चालतो.
हा लौकिक डागळला गेला तर? तर?
इतर क्लासेस आणि आपला क्लास ह्यात फरक राहणार नाही.
प्रथम लचके तोडील ती शारदा.
शारदेची समजूत घालू आपण आणि तिची समजूत नाही पटली तरी चालेल.
त्याहीपेक्षा मोठा प्रश्न आहे सुजाताचा, मेघमालेचा.
मेघमालेला काय सांगणार?

मेघमालेला मात्र किशोरकुमारांकडून कोणताही खुलासा नको होता.
किशोरकुमार दोन्ही हातांच्या तळव्यात डोकं घट्ट धरून बसले आहेत, हे ती

गेली दहा मिनिटे पाहत होती.

"कुमार..."

"आय ॲम सॉरी, मेघमाला..."

"तू रात्री ये. आपण नंतर बोलू."

"मेघमाला, जरा थांब–"

"आत्ता नको. माझ्याएवढाच तूही या घटनेनं गोंधळून गेला आहेस. गोंधळलेल्या मन:स्थितीत जे बोलणं होतं त्याला चर्चा म्हणत नाहीत, काथ्याकूट म्हणतात. आपण रात्री भेटू."

मनाचा मोठेपणा दाखवून मेघमाला निघून गेली. अर्थात तिचा हा मोठेपणा तिनं आजच प्रथम दाखवला नव्हता. पहिल्या भेटीपासून तिचं निराळेपण किशोरकुमारांना जाणवलं होतं. मेघमाला किती मोठी आहे, किती विशाल अंत:करणाची आहे, हे कुणाला तरी सांगायचं होतं. पण कुणाला सांगणार? सांगायचं ठरवलं तर फक्त शारदेला सांगावं असं किशोरकुमारना वाटायचं; पण ते कालत्रयी शक्य नव्हतं. एक पुरुष एका बाईची स्तुती करतो? ह्याचा अर्थ काय?

ह्याचा अर्थ एकच, मामला सरळ नाही. सगळं जग असंच. स्त्री-पुरुषांबाबतीत एकच आडाखा बांधणारं. अन्य काही न जाणणारं. ह्याला अपवाद एकच. तोही पुन्हा मेघमालेचाच.

मेघमालेचा मोठेपणा, पुन्हा मेघमालेलाच काय सांगणार?

हे आयुष्य वाईटच आहे. इथं मनात उमगणारं मनातच ठेवावं लागतं. वासनांचा उच्चार करता येत नाही, पण चांगुलपणाचाही करता येत नाही. ह्या केवढ्या यातना आहेत?

आज आई हवी होती.

तिला सगळं सांगता आलं असतं.

पण नाही, तेही खरं नाही. मनातलं सगळं, आईलासुद्धा सांगता येत नाही.

किशोरकुमार हा हा म्हणता विचाराधीन झाले.

खूप-खूप-खूप मागं गेले.

ज्या वेळी ते किशोरकुमार नव्हते, नुसते कुमारच होते, दुसऱ्याच कोणा व्यक्तीचं आयुष्य ते आता त्रयस्थ होऊन पाहत होते.

कॅनव्हासवरचं चित्र, चित्रकारानं, आपणच चित्रकार आहोत हे विसरून पाहावं, त्याप्रमाणे!

कुमार घरी परतला आणि पायातल्या चपला काढण्यापूर्वीच तो पलंगावर

कोसळला. दरवाजात त्याची वाट पाहत उभ्या असलेल्या आईकडे त्यानं पाह्यलं पण नाही. त्याची ती अवस्था पाहून विमलाबाई कमालीच्या घाबरल्या. अगोदरच कुमारला आज घरी परत यायला तासभर उशीर झाला होता. सध्याची त्यांची परिस्थिती अशी होती की नेहमीपेक्षा थोडं वेगळं काही घडलं की मनात प्रथम कुशंकाच यावी. त्यामुळेच कुमारला तासभर उशीर झालेला पाहून त्या बेचैन झाल्या होत्या. कुमार तासानं का होईना आला. विमलाबाईंना तो लांबूनच येताना दिसला होता. पण नेहमीप्रमाणे त्यानं, वाट पाहणाऱ्या आईला हात उंच करून दाखवला नव्हता. विमलाबाईंना तेव्हाच नवल वाटलं होतं. तरी त्यांनी ती बाब फारशी मनावर घेतलेली नव्हती. तो स्वत:च्या पायानं चालत येत होता, त्याअर्थी तो हातीपायी सुखरूप होता हा विचार मनात येऊन, जी सर्वसामान्य चिंता प्रत्येक आईच्या अंत:करणात असते त्यातून विमलाबाई सुटल्या होत्या. मात्र त्याच वेळी कुमारच्या हातात त्याचं दप्तर नव्हतं ह्याचं त्यांना आश्चर्य वाटलं. मग त्यांना वाटलं आज शनिवार, उद्या शाळेला सुट्टी आहे. कुमारनं दप्तर बहुतेक दवाखान्यातच ठेवलं असेल. दप्तराबद्दलचा त्यांचा हा विचार पुरा होईपर्यंतच कुमार दरवाजापर्यंत पोहोचला होता. त्याचा चेहरा घामानं भरलेला होता. केस पार विस्कटून गेले होते. अंगावरच्या कपड्यांना कळा आली होती. विमलाबाई त्याला दरवाजातच जवळ घेणार होत्या. दोन महिन्यांतच संसाराची जबाबदारी उचलणाऱ्या कुमारला त्यांना एकदा पोटाशी धरायचं होतं; पण तो एकाएकी असा वाऱ्यासारखा घरात घुसला आणि पायांतल्या चपलांची पर्वा न करता पलंगावर कोसळला.

विमलाबाई तशाच पुढं धावल्या. पलंगावर पालथ्या पडलेल्या कुमारच्या पाठीवर त्यांनी हात ठेवला. आईच्या हाताचा स्पर्श होताच कुमारनं मोठा हुंदका दिला.

"कुमार, काय झालं?"

–कुमारनं उत्तरादाखल पुन्हा एक हुंदका दिला.

"बाळ, काय झालं?"

–पण एक नाही की दोन नाही.

विमलाबाई पुढे आल्या. कुमारचे दोन्ही खांदे हातात धरूनही त्यांनी रडणाऱ्या कुमारला उताणं करण्याचा प्रयत्न केला; पण कुमारच्या अंगात एवढी ताकद कुठून आली होती कोण जाणे, त्याला सरळ झोपवणं विमलाबाईंना जमलं नाही. त्या नुसत्या 'कुमार, कुमार' अशा हाका मारीत राहिल्या. त्याची समजूत कशी घालावी हे त्यांना कळेचना. शेवटी प्रश्न विचारून त्याला बोलता करायचा असं ठरवून त्या विचारीत राह्यल्या–

"तुला कुणी बोललं का?"

–कुमारनं मानेनं नकार दिला.

"नोकरीचा कंटाळा आला का?"

–पुन्हा नकार.

"भूक लागली का?"

"मला जेवायचं नाही."

"झोप आली का?"

"मला झोपायचं पण नाही."

"तूच असं केल्यावर मी काय करायचं?"

"मला काही विचारू नकोस."

"असं काय करतोस वेड्यासारखं?"

"मी वेडाच आहे."

"असं बोलायचं नाही. तू खूप शहाणा आहेस. गुणी आहेस."

"मी गुणी नाही, शहाणा नाही. मी वेडा आहे. मला वेडा व्हायचंय."

–एवढं झाल्यावर विमलाबाईंनी त्याचा नाद सोडून दिला. त्या मुकाट्यानं स्वयंपाकघरात आल्या. कुकरखाली स्टोव्ह जळत होता. तासापूर्वी कुकर झाला असणार. कुमारची वाट पाहण्याच्या नादात त्यांना ह्या गोष्टीचा विसर पडला होता. कुकरमधलं पाणी एवढ्या वेळात संपून जाऊन भात लागल्याचा वास कसा सुटला नाही ह्याचंच त्यांना नवल वाटलं, की पाणी जळून जाऊन वासही सुटला असेल. विचारांच्या तंद्रीत आपल्याला ते समजलं नसेल. असं पुष्कळदा व्हायचं. त्या बाबतीत माधवरावांचं नाक फार तीक्ष्ण होतं. कुकर जळण्याचा वासच काय, पण कोणताही वास त्यांना पटकन कळायचा.

–माधवराव, ज्यांना विसरायचा प्रयत्न चालला होता तिथं विमलाताई येऊन थांबल्या. असंच होतं.

विचारांची सुरुवात कशामधून होईल हे सांगता यायचं नाही; पण कोणत्याही विचारांचा शेवट मात्र 'माधवराव' ह्या नावापाशीच व्हायचा.

तसं झालं की मस्तकात घण पडायला लागायचे. घशाला कोरड पडायची. सर्वत्र वणवा पेटल्यासारखा वाटायचा. वणव्यातल्या ज्वाला भेसूर रूप धारण करीत पुढं सरकायच्या. त्या ज्वाला मग वाडा वेढून टाकायच्या. ओसरीतून मधल्या घरात, मधल्या घरातून स्वयंपाकघरात ह्या ज्वाला घुसायच्या. चुलीतल्या ज्वाला व वणव्यातल्या ज्वाला बहिणीबहिणींप्रमाणे भेटायच्या. तुळया पेटायच्या, माडी कोसळायची आणि पहिली किंकाळी कानावर यायची

ती कुमारची.

–विमलाबाई दचकल्या. त्यांनी कानांवर हात ठेवले.

असं त्यांना नेहमीच दिसायचं. कुमारची किंकाळी कानावर यायची. विमलाबाई भान विसरून कानांवर हात ठेवायच्या. ते आवाज मग थांबायचे. सवयीप्रमाणे विमलाबाईंनी आत्ताही कानांवर हात ठेवले, तरी आक्रोश थांबेना. नंतर त्यांच्या ध्यानातच आलं की कुमार कामावरून परतलाय आणि तो तेव्हापासून खराखुरा रडतोय. आज रडण्याचा आवाज येतोय तो खरा आवाज आहे, भास नव्हे.

आपण एकट्याच पोरक्या झालेलो नाही. कुमारसुद्धा पोरकाच आहे. आपण पार गळाठून गेलो; पण पोरात कुठून तरी धैर्य आलं. दोन महिन्यांतच त्यानं स्वत:ला सावरलं. तो शाळेत जायला लागला. संध्याकाळची नोकरी करायला लागला. वाड्यातल्या गणेशभटांनी त्याला नोकरी आणली.

खेळण्याबागडण्याचं वय न ओसरलेल्या, जगाच्या रीतीरिवाजांची लांबूनही ओळख नसलेल्या, स्वप्न आणि सत्य ह्यातला फरक न उमजलेल्या कुमारला नोकरीला जुंपायचं हा विचारच अमानुष होता; पण गरज ही एकच चीज जगात अशी आहे की, जी शहाण्यासुरत्या माणसाला मूर्खपणा करायला लावते, उद्दामाला वाकवते आणि आयुष्यभर भिऊन राहणाऱ्या माणसाला एखाद्या क्षणी बेफाम बनवते.

असाच कोणता तरी बदल विमलाबाईंना पचनी पाडून घ्यावा लागला आणि नोकरीचं जू कुमारच्या कोवळ्या मानेवर ठेवलं गेल्याचं त्यांना पाहावं लागलं. नोकरी त्यातल्या त्यात बरी होती, गावातल्या गावात होती. शाळा, अभ्यास सांभाळून करता येण्यासारखी होती. पगार कल्पनेपेक्षा चांगला होता. कामाचे तास फक्त संध्याकाळचे होते. शाळेतून कुमारनं परस्पर कामावर जावं, तीन-साडेतीन तास झाल्यावर परतावं– असं ठरलं होतं. कुमारला नोकरीला ठेवून घेणारा गृहस्थ डॉक्टर होता. डॉक्टर कशाचा तज्ज्ञ वगैरे बाबी तेव्हा विमलाबाईंनी विचारल्या नव्हत्या. गणेशभट सकाळचे आले आणि म्हणाले, ‘‘विमलाबाई, काम आणलं मी कुमारला.’’

–सकाळचा पहिलाच चहा चालला होता मायलेकरांचा.

गणेशभटांच्या त्या पहिल्या वाक्यानं विमलबाईंनी काहीशा कावऱ्याबावऱ्या चेहऱ्यानं कुमारकडं पाहिलं. आपल्या कुमारला नोकरी आली हे वाक्य कानांवर पडताच विमलाबाईंना वाटलं– ‘छे, केवढासा हा पोर! कधीकधी चहा पिताना अजून केव्हातरी बशी दोन्ही हातात धरतो! हा पोरगा कामावर जाणार?’

त्याच वेळी कुमारला वाटलं. आपण ह्या क्षणी दहा वर्षांनी मोठे झालो.
"कुठे पाह्यलीत नोकरी?"–
तेवढ्यात कुमार मध्ये म्हणाला,
"नोकरी आणलीत ना?– मग ती करायचीच. कुठेही असो. ती करायचीच. आता फक्त पत्ता द्या."
–गणेशभटांचा चेहरा उजळला. ते हुरुपाने म्हणाले,
"पत्ता सोपा आहे अगदी. सोमवार पेठ माहीत आहे का?"
"काका, माझा जन्म सातारचाच आहे. गावातला कोणताही कोपरा, कुणाचाही वाडा – काहीही विचारा."
"बरोबर, बरोबर. सोमवार पेठेत डॉ. कुर्तकोटी..."
"कोपऱ्यावरून वळलं की डाव्या हाताचं पाचवं दुकान."
"बरोबर."
"पुढे सांगा."
"आज संध्याकाळी तिथं शाळा सुटल्यावर ये. मी तिथं थांबेन. तुझी ओळख करून देईन."

–त्या दिवशी संध्याकाळी कुमार घरी आला तो नाचतच. विमलाबाई दरवाजातच वाट पाहत उभ्या होत्या. कुमारनं त्यांना लांबूनच, दरवाजात उभं राह्यलेलं पाह्यलं आणि तो धावतच सुटला. त्यानं घरात पाऊल टाकलं आणि तो स्वयंपाकघराकडं पाहत म्हणाला, "कुकरमधलं पाणी आटलेलं दिसतंय." त्या दिवसापासून विमलाबाई अशाच त्याची वाट पाहत थांबायच्या. तशाच त्या आजही थांबल्या; पण त्यांच्याकडं बिलकूल न पाहता कुमार त्यांच्या अंगावरून आत गेला आणि पायांतल्या चपलाही न काढता तो पलंगावर कोसळला.

काय घडलं हे कुणाला तरी सांगायला हवंच. कुमारनं स्वत:ला सावरलं. तो मधल्या दरवाजात येऊन उभा राहिला. ओट्याजवळ आई बसली होती. तिच्या डोळ्यांतून पाणी ओघळत होतं.
"आई, मी काय झालं ते सांगतो." – असं म्हणत कुमार पुढं धावला. विमलाबाईंच्या कुशीत तो शिरला. त्याच्या बुद्धीच्या कुवतीनुसार तो शब्दांची जुळवाजुळव करायला लागला.
पण त्याच वेळी कुमारला कळून चुकलं, की जे काय घडलं ते आईला सांगणं अवघड आहे. केवळ अवघडच नाही तर जवळजवळ अशक्य.
विमलाबाईंनी त्याच्या चेहऱ्यावरून हात फिरवीत विचारलं,

का रे भुललासी । ११७

“सांग कुमार, काय झालं ते सांग.”
–कुमारनं आईकडं पाह्यलं. त्याला कळेना कशी सुरुवात करावी?...

डॉ. कुर्तकोटी लाख माणूस होता. त्यांचा दवाखाना ऐन वस्तीत होता. माणसांनी तो सतत भरलेला असायचा. डॉ. कुर्तकोटींची प्रॅक्टिस जोरात चालली होती. मालकीचं घर होतं. दाराशी गाडी होती. माणूस हसतमुख होता. पंचेचाळीस ते पन्नासच्यामध्ये त्यांचं वय असावं; पण त्यांचा एकूण हुरूप, चेहऱ्यावरची प्रसन्नता ह्यामुळे ते पस्तिशीचे तरुण वाटत. त्यांचा वर्ण चांगला गोरा. नाकाला किंचित बाक. डोळ्यावर रिमलेस चष्मा. त्या चष्म्याच्या काचांना किंचित तांबूस रंगाची छटा. गोऱ्या वर्णाच्या डॉक्टरांना ती चष्म्याची छटा चांगली खुलून दिसायची. स्प्रिंगची खुर्ची झुलवत झुलवत पेशंटशी बोलायची त्यांना सवय होती. ते त्यांना शोभून दिसायचं. त्याचप्रमाणे बोलता बोलता दोन्ही हातांची बोटं एकमेकांत अडकवायची आणि पुन्हा सोडवून घेण्याची त्यांची ढब होती. तेही त्यांना शोभून दिसायचं. त्याहीपेक्षा पाहणाऱ्याचं लक्ष वेधलं जायचं ते त्यांच्या प्रसन्न चेहऱ्याकडं. कुमारलादेखील पहिल्या दिवशी वाटलं की प्रसन्न आणि हसतमुख चेहऱ्याच्या माणसाची कोणतीही हालचाल चांगली वाटते. हेच जर डॉ. कुर्तकोटी गर्विष्ठ असते, मग्रूर चेहऱ्याचे असते, तर खुर्ची झुलवत बोलण्याची त्यांची ढब शिष्टपणाची आणि बोटं गुंतवून सोडवण्याची सवय आगाऊपणाची वाटली असती.
डॉक्टरांसमोर कुमारला उभं करीत गणेशभट म्हणाले,
“मी तुम्हाला म्हणालो होतो, तो हाच मुलगा.”
“काय नाव तुझं?”
“कुमार माधवराव देशपांडे.”
–मध्येच गणेशभट म्हणाले, “वडील...”
“मला माहीत आहे. कितवीत आहेस बाळ तू?”
“मॅट्रिकला आहे यंदा.”
“म्हणजे महत्त्वाचं वर्ष आहे तुझं.
“हो.”
“गणेशभट, मग कसं काय जमायचं?”
कुमार गडबडीनं म्हणाला,
“जमेल, मला नक्की जमेल.”
“काम जमेल रे तुला. पण अभ्यासाचं काय?”
“मी दोन्ही सांभाळीन.”

"ठीक ठीक. केव्हापासून येशील तू कामावर?"
"मी आत्तापासून आलोच आहे."
डॉक्टरांना मोठी गंमत वाटली. ते हसून म्हणाले,
"ठीक आहे मग. कामाला कर सुरुवात."
कुमार जरासा घोटाळला आणि म्हणाला,
"काय करू सांगाल?"
"डोळे उघडे ठेवायचे आणि काम करायचं. जे काम तुझ्या ध्यानात येणार नाही तेवढं मी सांगेन."
–एवढं बोलून डॉक्टर प्रसन्नपणे हसत राह्यले.
कुमार थोडा वेळ गोंधळला, पण थोडा वेळच. त्यानं बारकाईनं सर्वत्र पाह्यलं. त्याचं लक्ष भिंतीवरच्या कॅलेंडरकडे प्रथम गेलं. मनात कसलासा निग्रह करीत तो पुढे झाला. कॅलेंडरवर अद्यापि कालचीच तारीख – वार होता. त्यानं ती पानं उलटून योग्य ती तारीख आणि वार कॅलेंडरवर लावला. मग त्यानं पाहिलं तर डॉक्टरांच्या टेबलाच्या कॅलेंडरवर पण कालचीच तारीख होती. डॉक्टरांची संमती गृहीत धरून त्यानं ती तारीख बदलली. नंतर त्याचं लक्ष कोपऱ्यात गेलं तिथं पिण्याच्या पाण्याचा माठ होता. माठावरचं झाकण मात्र खिडकीपाशी ठेवलेलं होतं. पुढे होत त्यानं मग माठ झाकला.
खोलीतल्या जमिनीवर त्याला धुरळा पडलेला दिसला. कोपऱ्यात केरसुणी होती. गड्यासारखा आपण केर काढायचा हे त्याच्या अहंकाराला कुठं तरी खटकलं असावं; पण लगेच त्याला वाटलं की आयुष्यात हेसुद्धा करावं लागेल. स्वतःचं घर आहे असं समजू या आणि केर काढू या. कुमार केरसुणीला हात घालणार तोच डॉक्टर म्हणाले,
"हां हां, ते काम तू करायचं नाहीस. त्यासाठी मोलकरीण येते, आज आली नाही. तरीही तू हे काम करू नकोस. तू आता बाहेर थांब. मी काही लागलं तर तुला हाक मारीन."
–कुमार बाहेर पडल्यावर डॉक्टर म्हणाले,
"वा, गणेशभट मुलगा पसंत आहे. ह्याची आणि माझी पत्रिका चांगली जमेल."
ह्यावर दोघं हसले. ते कुमारला बाहेर ऐकू आलं. तो मनाशी म्हणाला,
'डॉक्टरसाहेब पत्रिका जमली–नक्की जमली.'
त्या दिवसापासून कुमार शाळा सुटताच परस्पर दवाखान्यात जायला लागला. डॉक्टरांचं मन त्यानं त्याच्या सेवाभावानं, नम्र स्वभावानं हां हां म्हणता जिंकून घेतलं. औषधं बनवायचं काम सोडून तो उरलेली सर्व कामं चोख करायला लागला. कंपाउंडर नाना जोशी प्रथम प्रथम त्याच्याशी खाष्टपणानं

वागायला लागले, पण लवकरच त्यांच्या मनातली अढी नाहीशी झाली. इतकंच नव्हे तर मधूनमधून ते कुमारला मदतीला बोलवायला लागले. डॉक्टरांचं प्रिस्क्रिप्शन कसं वाचायचं ते शिकवू लागले. अधूनमधून औषधांची माहिती देऊ लागले. औषधं बनवायचं काम त्याला आता मजेचं वाटू लागलं. नाना तसे वयानं म्हातारेच होते. त्यात त्यांना दम्याचा विकार होता. कधीकधी तो बळावायचा. मग औषधं बनवण्याचं काम केवळ कुमारच्या सहकार्यानंच सोपं व्हायचं. कमी जिकिरीचं वाटायचं.

कुमारनं नाना जोशींना जिंकलं. डॉक्टरांना तर जिंकलंच जिंकलं. अधूनमधून अभ्यासातल्या न येणाऱ्या गोष्टी तो डॉक्टरांना विचारायचा. एवढं सगळं झालं, पण डॉक्टर त्याला कधी मदतीला बोलावत नसत. एखाद्या रोग्याचं ड्रेसिंग वगैरे करायचं असेल तर त्या वेळी नानांना ते हातातलं काम टाकून यायला लावीत. कुमार खोलीत असला तर ते त्याला बाहेर जायला सांगत. मग तपासायला आलेला रोगी, पुरुष असो वा स्त्री. ह्या एका कामात डॉक्टर आपल्याला अजून लांब ठेवतात, ह्याचं त्याला वैषम्य वाटायचं.

एका संध्याकाळी असंच झालं. डॉक्टरकडे एक बाई आली. ती येताच डॉक्टरांनी कुमारला बाहेर पिटाळला. नाना जोशींना आत बोलावून घेतलं. बाहेरच्या खोलीत एकही पेशंट नव्हता. कुमारच्या मनाला कुठंतरी कुतूहल होतं. त्याहीपेक्षा आपल्याला दूर ठेवलं जातं ह्याचं शल्य होतं. स्वत:च्या विचारात तो दंग असतानाच दारात त्याच्या वर्गमित्रांचं टोळकं येऊन उभं राह्यलं.

''आयला, हा बसलाय बघ इथं.'' थिटे म्हणाला.

कुमारचं लक्ष त्या त्रिकुटाकडं वळलं आणि त्यांचं स्वागत करण्यासाठी तो त्यांना सामोरा गेला.

''इथं काय करतोस रे?''– देवकुळेनं विचारलं.

''त्याला काय विचारतोस लेका?– मी सांगतो. तो इथं नोकरी करतो.'' थिटे म्हणाला.

''साल्या, बंडल फेकू नकोस.''– राहतेकर म्हणाला.

एवढ्यात 'कुमार' म्हणून डॉक्टरांची आरोळी आली. कुमार धावला. मधला दरवाजा किलकिला करीत डॉक्टरांनी हवी असलेली वस्तू मागवली. कुमारनं ती वस्तू त्यांना कंपाउंडरच्या खोलीतून आणून दिली पुन्हा दरवाजा किलकिला करीत डॉक्टरांनी ती वस्तू ताब्यात घेतली.

''तुला आत घेत नाहीत कधी?'' राहतेकरनं विचारलं.

''तू गाढवच आहेस. त्याला कसा आत घेतील? डॉ. कुर्तकोटी कशाचे डॉक्टर आहेत माहीत नाही वाटतं तुला?'' –थिटेनं विचारलं.

"नाही."
"विचार कुमारलाच."
"मला माहीत नाही." कुमार भाबडेपणानं म्हणाला.
"थापा मार लेका. इथं काम करतोस आणि काही माहीत नाही असं दाखवतोस?"
"खरोखर माहीत नाही रे." कुमार दीनवाणा चेहरा करीत म्हणाला.
–थिटेनं राहतेकरच्या कानात सांगितलं. राहतेकरनं डोळे मोठे करीत थिटेकडे पाहिलं. त्याबरोबर देवकुळेनं आपला कान थिटेपुढे नेला. ती बातमी मग देवकुळेच्या कानात शिरली. त्यानं कुमारला विचारलं,
"हा सांगतो ते खरं का रे?"
"ते मला कसं कळणार?"
"तुला खरंच डॉक्टर कशाचे ते माहीत नाही?"
"आई शप्पथ."
"ये इकडे." –असं म्हणत देवकुळे कुमारला एका बाजूला घेऊन गेला. त्यानं ती बातमी त्याला हलकेच सांगितली.
कुमारला धक्काच बसला. त्याला त्याच मन:स्थितीत सोडून देवकुळे पुन्हा थिटे-राहतेकरकडे परतला. तेवढ्यात मधला दरवाजा खाडकन उघडला गेला. कुमार दरवाजाला लागूनच उभा होता. त्यानं आत पाहिलं. नाना घाईघाईनं बाहेर आले. डॉक्टर हात धुवत पाठमोरे उभे होते आणि ड्रेसिंग टेबलावरून उतरणारी बाई उतरता उतरता स्वत:चं पातळ सांभाळत उतरत होती. तरी तिच्या मांड्या कुमारला ओझरत्या दिसल्याच.
कुमारच्या हातापायांना अकारण कापरं भरलं. घसा कोरडा पडला. तो उभा होता त्याच जागी खिळल्यासारखा उभा राह्यला. तेवढ्यात डॉक्टर बाहेर आले. त्यांनी कुमारकडे आणि कुमारच्या मित्रमंडळाकडे पाह्यलं आणि ते कुमारला म्हणाले, "दोस्तराष्ट्र आलं वाटतं? मग पळा आज सुट्टी."
मित्रांच्याबरोबर कुमार बाहेर पडला खरा, पण मित्रांच्या चावट-अचकटविचकट बोलण्यानं त्याचं डोकं बधिर झालं. त्याच्या डोक्यात – एकच शब्द वारंवार घुमायला लागला – गुप्तरोग–गुप्तरोग...
हा प्रकार खरोखर काय असेल? हा रोग होतो म्हणतात म्हणजे कुठं होतो? ह्या थिटेला नक्की ह्यातली माहिती आहे. ह्याला सरळ विचारावं का? नकोच पण. तो टिंगल करील.
कुमार स्वत:च्या विचारात दंग होता. त्या नादात त्याच्याबरोबर चालणारे ते तिघे मध्येच कधी थांबून एका ठिकाणी बोलत राह्यले हे त्याला कळले नाही.

मागं वळून पाहतो तो, पंधरा-वीस पावलं पाठीमागे ते तिघं बोलत आहेत. कुमार परत फिरला. तो त्या तिघांजवळ पोहोचला तेव्हा अत्यंत गंभीर चेहरा करून थिटे काहीतरी सांगत होता.

''आपण लघवी करतो ना, त्या जागी तो रोग होतो.''

''पण म्हणजे एक्झॅटली काय होतं त्याला?''

''साल्या; चांगले फोड येतात फोड.''

''मग काय करतात?''

''कापून टाकतात. कळलं?''

''पोरींना पण हा असला रोग होतो?''

''होय, होतो.''

–थिटेनं पुरवलेल्या ह्या माहितीनं तिघांचेही चेहरे कावरेबावरे झाले. काही वेळ ते मुकाट्यानं चालत राहिले. पण राहतेकरचा त्यावर विश्वास बसेना.

''कशावरून रे हे सगळं?''

''कुमारला विचार.''

''मला काही माहीत नाही हे.''

''आज माहीत नसेल रे. पण कळेल ना हळूहळू.''

''छे छे.''

''छे छे काय, तो कंपाउंडर एखाद्या दिवशी कामावर आला नाही की डॉक्टर मदतीला तुलाच बोलावणार.'' थिटे म्हणाला.

–त्यावर त्या तिघांनी कुमारला चिडवून बेजार केलं. ऐकवणार नाही अशी वर्णनं केली. सहन होणार नाही अशी क्रूर चेष्टा केली आणि सर्वांत शेवटी, डॉक्टरांनी कुमारला जर मदतीला बोलावलं आणि त्या वेळी पेशंट म्हणून जर नेमकी बाई असेल, तर कुमारकडे सिनेमाची मागणी केली.

–तो घातवार नेमका आज उगवला. नाना आले नाहीत आणि डॉक्टरांनी कुमारला खोलीतच थांबायला सांगितलं.

कुमारची छाती दडपून गेली. पायात पेटके आले. जीभ कोरडी पडली. इतके दिवस डोक्यात नुसतं कुतूहल– आणि कुतूहलच होतं; पण प्रत्यक्ष तो क्षण समोर उभा राहिला तेव्हा वाटलं, इथून पळून जावं.

तोवर उपचार करायचा होता ती बाई ड्रेसिंग टेबलावर चढली व आडवी झाली. डॉक्टरांनी कुमारच्या हातात दिवा दिला आणि तो दिवा जवळ धरून उभं राहायला सांगितलं.

त्यानंतर जे दृश्य पाहावं लागलं त्याचं वर्णन करणं शब्दांपलीकडचं होतं. मानवी देह, तोही एका स्त्रीचा, विवस्त्र अवस्थेतला पाहण्याची कुमारची ती पहिलीच वेळ होती. हातात दिवा घेऊन तो त्या स्त्रीच्या अगदी जवळ उभा होता. डॉक्टरांचं काम शांतपणे चाललं होतं. त्यांनी पहिलं बांधलेलं बँडेज सोडलं. ते सोडताना आलेले रक्ताचे ओघळ पुसून काढले. निर्जंतुक केलेल्या कोमट पाण्यानं ती जखम व मांड्यामधला भाग वारंवार पुसून घेतला आणि नवं बँडेज करून टाकलं.

आपल्याच हातून काही गुन्हा झाला असावा, त्याप्रमाणे त्या बाईच्या चेहऱ्याकडे पाहण्याचं कुमारचं धाडस होईना. नंतर काम नव्हतं म्हणून त्याला डॉक्टरांनी जाण्याची परवानगी दिली. त्याच्या बदललेल्या चेहऱ्याकडे पाहायला डॉक्टरांना सवड नव्हती! गरज नव्हती! पण त्यांनी कुमारकडं तेव्हा पाह्यलं असतं तर त्याच्या मन:स्थितीची त्यांना पूर्ण कल्पना आली असती.

तिथून कुमार बाहेर पडला ते डोक्यात वादळ घेऊनच. नको नको त्या गोष्टी वारंवार समोर यायला लागल्या. ती बाई दोन दिवसांनी पुन्हा येणार, नाइलाजानं का होईना डॉक्टरांच्या समोर अशी नागडी होऊन पडणार, आपल्याऐवजी परवा तिथं नाना जोशी दिवा धरून उभे राहणार.

हे सर्व अटळ आहे. आवश्यक आहे. जगायचं म्हणजे देहाची जी करावी लागेल ती सेवा करायलाच हवी... पण... कुठंतरी काहीतरी तरीही चुकत होतं. विचारांचा ताण असह्य झाला. कुतूहल शमलं होतं, पण कुतूहल असताना त्यात कल्पनाविलास होता. काहीतरी चांगलं असणार असा भ्रम होता. कुतूहल परवडलं हा खुलासा नको होता, अशी काहीतरी अवस्था झाली. आज झालेला खुलासा हे सत्य होतं. बदल नसलेलं सत्य. शेवट नसलेलं सत्य. कल्पनेला बांध घालणारं सत्य. सत्य केवळ कठोरच नसतं तर केव्हा केव्हा घृणास्पद असतं. सत्य ओंगळ असतं, याचा तो धक्का होता. कुमारचं वय इतकं लहान होतं, बुद्धी एवढी अपरिपक्व होती की आपल्यावर कोणत्या विचारांचा ताण पडलाय हेही त्याला कळलं नव्हतं. त्याची छाती उडत होती. पायांना कंप सुटला होता. मेंदूतल्या शिरा थाड थाड उडत होत्या. सगळ्या सगळ्यावरचा विश्वास उडाला होता. निराधार वाटत होतं. कुणाला तरी ही अवस्था टाहो फोडून सांगायची होती.

तशी व्यक्ती केवळ एकमेव राहिली होती. रडता रडता तो पलंगावरून उठला. मधल्या दरवाजात येऊन उभा राह्यला. ओट्याजवळ आई बसली होती. तिच्या डोळ्यांतून पाणी ओघळत होतं.

तो आईच्या कुशीत शिरला. 'मी काय झालं ते सांगता–' म्हणाला.

आणि मग त्याला कळलं की काय घडलं हे सांगणं अवघड आहे. अवघडच नव्हे तर अशक्य.

कुमारच्या वागण्यात त्या दिवसापासून, एकाएकी पुष्कळ फरक पडल्याचं विमलाबाईंना जाणवायला लागलं. तो अबोल झाला. एकटा बसू लागला. शाळेतून सुटल्यानंतरचा, रात्री साडेआठपर्यंतचा वेळ दवाखान्यातच जायचा. सकाळचा वेळ अभ्यासात. गप्पागोष्टी करायला किंवा खेळायला जायला सवडच उरली नव्हती. तरीदेखील, हे सर्व करीत असताना तो प्रसन्न असायचा. एरवी काही ना काही तो बडबड करायचा.

आता तो आपल्याला टाळतो, हे विमलाबाईंच्या ध्यानात आलं. इतर प्रकारचे बदल पण त्यांना जाणवायला लागले. कुमारला चित्रकलेचं अतोनात वेड होतं. कुणाकडेही न शिकता– त्याचा ड्रॉइंगवर हात चांगला होता. त्याच्या मनाचा नैसर्गिक कल चित्रकलेकडे होताही. मोठेपणा मी चित्रकार होणार– असं तो नेहमी म्हणायचा. माधवरावांना मात्र कुमारनं चित्रकार व्हावं, असं कधी वाटलं नव्हतं. चित्रकार व्हायचं आणि उपाशी, अर्धपोटी राहायचं– असं माधवराव नेहमी म्हणायचे. कुमार मग एवढंसं तोंड करून बसायचा. चित्रकलेच्या विरुद्ध बोललेलं कुमारला खपायचं नाही.

पण आता अलीकडे तो चित्राकडे बघत पण नाही, एखाद नवं चित्र काढण्यात तासन् तास स्वत: विसरत नाही, हे पण विमलाबाईंच्या ध्यानात आलं होतं.

–गणेशभटांजवळ विमलाबाईंनी एकदा तो विषय काढला. त्यांच्या त्या घरात गणेशभटांचं एकच बिऱ्हाड होतं– भिक्षुकी करून कशीबशी गुजराण करणारा तो ब्राह्मण. घरात बायको, पण ती सतत आजारी. पोटी मूल नाही. त्यामुळे गणेशभटांचा जीव कुमारवरच होता. गप्पागोष्टी करायला त्याला ते हाक मारून घ्यायचे. संस्कृत-मराठीचा अभ्यास ते कुमारकडून न सांगता करून घ्यायचे. मात्र हल्ली कुमार पूर्वीसारखा मोकळेपणी वागत नाही, बोलत नाही, अशी खुद्द त्यांनी विमलाबाईंजवळ तक्रार केली. तशी तक्रार करण्यात अर्थात जिव्हाळ्याचा भाग जास्त होता. कुमारबद्दल काळजी होती. अधूनमधून विमलाबाई त्याला विचारायचा प्रयत्न करीत होत्या. तो काही ना काही उडवाउडवीची उत्तरं देत होता. केव्हा सांगायचा, आज दवाखान्यात काम जास्त होतं, तर कधीकधी अभ्यासाची सबब पुढं करायचा. त्या दिवशी आपण एकाएकी एवढे का रडलो हे तर त्यानं अद्यापि कुणाला सांगितलेलं नव्हतं.

'तुला मी काय झालं ते सांगतो–' असं सांगून त्यानं काहीच सांगितलं नव्हतं.

आईच्या चेहऱ्याकडं तो नुसता पाहत बसला होता.

तो दिवस आताही कुमारला आठवला. ते दृश्य अजून त्याच्या
डोळ्यांसमोरून हललेलं नव्हतं. वास्तविक लक्षात ठेवावं असं त्यात काहीच
नव्हतं; पण ते तसला व्यवसाय करणाऱ्या व्यक्तीच्या दृष्टिकोनातून. डॉक्टरांचा
प्रश्न नव्हता. नाना जोशींचा नव्हता; पण ज्या पोरानं मुळात स्त्रीच– स्त्री
म्हणून पाह्यलेली नाही– त्याला तो प्रकार अनाकलनीय होता. डॉक्टर
आपल्याला एरवी खोलीत घेत नाहीत–ह्या विचारामागं–जेवढा कुतूहलाचा
भाग होता त्याहीपेक्षा आपल्याला टाळून काहीतरी चालतं–ह्याचं वैषम्य जास्त
होतं. त्यात एखाद्याची कल्पनाशक्ती तल्लख असावी, म्हणजे कल्पनेनं नाना
गोष्टी डोक्यात फेर धरतात. डॉक्टर रोग्याला तपासतात म्हणजे नक्की काय
करतात हे त्याला खूप दिवस पाहायचं होतं. छाती-पोट-पाठ-जीभ-घसा-नाडी
तपासणे ह्यांसारखे प्रकार आपल्यादेखत चालतात. आपल्या अपरोक्ष ह्यापेक्षा
काहीही जास्त अद्भुत होत असणार ही कुमारची केवळ कल्पना. त्यात
काहीतरी मौजच असणार ही भावना. त्या भावनेतून जन्माला आलेलं
औत्सुक्य. क्वचित कुठेतरी मनाच्या बारक्या कोपऱ्यात नाना जोशींचा हेवा.

पण त्या दिवशीच्या एका प्रसंगानं हे संपलं. उरला फक्त ओंगळपणा. दुर्गंधी.
असह्य प्रकार. वेदना, दुःख.
–आयुष्य म्हणजे हेच का सगळं?–
आता हे असलेच विचार पिंगा घालीत होते. पेशंट्सची गर्दी विरळ होत होती.
नाना जोशी जरा रिकामे होते. आणखीन पंधरा मिनिटांनी आपल्याला घरी
जायला मिळेल ह्या कल्पनेनं कुमार घड्याळाकडं पाहत होता. त्याच्या हातात
अभ्यासाचं पुस्तक होतं. त्या पुस्तकातल्या मजकुराकडं लक्ष लागत नव्हतं.
शरीरविज्ञानावरचंच ते पुस्तक होतं.
पोटातली आतडी दाखविणारी एक आकृती होती त्या धड्यात. संपूर्ण
पचनक्रिया समजून देणारा तो धडा होता. ते पुस्तक निव्वळ त्याच्या हातात
होतं. कुमारचे डोळे मजकुरावरून फिरत होते.
''अन्ननलिकेतील अन्न– जठरात येतं...''
पुन्हा विचार सुरू झाले.
अन्न जेवायचं. कशाला? –तर पोट भरायला. पोट भरलं की काय होतं?–
अन्न पचतं. अन्न पचल्यावर?–
त्याचं रक्त होतं.

रक्त.
परवाच पाह्यलं आपण. ते नुसतं रक्त नव्हतं– त्यात पू होता, घाण होती, दुर्गंधी होती. ती बाई विव्हळत होती. कुठंतरी शरमिंदी झालेली होती. खाल्लेल्या अन्नाचं हे असं काहीतरी व्हावं?
"भजी खा लेका, भजी."
नाना जोशी समोर बशी घेऊन उभे होते. कुमार भानावर आला.
"भजी?–कशाला?–आता तर घरी जायचं."
"तुझं ठीक आहे बाबा. घरी गेल्यावर गरम गरम जेवशील. मला जायचंय डॉक्टरांच्या बरोबर व्हिजिटला. तेही वाईला–"
"मग तुम्ही खा ना?"
"मला तुझी परवानगी नकोय. मी खाणारच आहे. पण म्हटलं तुला द्यावं. बसला आहेच मघापासून छताकडे डोळे लावून."
कुमारने भजं उचललं त्याच वेळी मनात मघाचाच विचार आला. हे भजं. म्हणजे अन्न. अन्नाचं रक्त... म्हणजे नंतर...' पानावर बसलं म्हणजे हे असं होतं, जेवण जात नाही. जेवत नाहीस नीट, असं आई म्हणते. तिला काय सांगायचं, ह्या विचारांचं?'
तेवढ्यात डॉक्टर बाहेर आले. जोशींना म्हणाले, "जोशी, तुम्ही जाऊ शकता घरी."
"व्हिजिट कॅन्सल झाली का?"
"नाही. कॅन्सल नाही झाली पण तुम्हाला त्रास कशाला!... तुमच्याऐवजी मी कुमारला नेतो." –एवढं बोलून पुढं डॉक्टर विनोदानं म्हणाले, "बरोबर कंपनी म्हणून कुणाला तरी न्यायचं, मग त्यातल्या त्यात तरुण माणसं चांगली."
नाना ह्यातली खोच समजून मोकळेपणी हसले.
"काय देशपांडे येणार ना?" –डॉक्टरांनी कुमारला एकाएकी बहुमानार्थी हाक मारली.
"येतो ना, आईला सांगून येतो. तोपर्यंत थांबा."
"राहू दे, गाडी तुझ्या घरावरूनच घेऊ."
डॉक्टर-कुमार-आणि तो पेशंट डॉक्टरांच्या मोटारीतून निघाली. कुमारच्या घरापाशी गाडी थांबली. विमलाबाई दरवाजातच उभ्या होत्या. त्यांच्या हातात पुस्तकं देत कुमार म्हणाला,
"आई, मी डॉक्टरांच्याबरोबर वाईला जाऊन येतो."
"आता?"
"हो, त्यांना पेशंट पाहायचा आहे."
"अरे पण जेवण..."

"आता भूक नाही आणि वेळ पण नाही."
मोटारीच्या खिडकीतून डोकं बाहेर काढीत डॉक्टर म्हणाले, "प्रवासात खायला घेतो. खात खात जातो. घाबरू नका. तुमच्या पोराला नाही उपाशी ठेवत मी."
–वाटेत गाडीत घेतलेल्या पेशंटला त्याच्या घराजवळ सोडून डॉक्टरांनी वाईच्या दिशेनं गाडी जोरात सोडली. मोटार चालू केल्यावर त्यानं कुमारला बरोबर घेतलेला पुडा सोडायला सांगितला व ते म्हणाले,
"चल, ताव मार. सगळ्या गोष्टी भराभर करतो. पेशंटला बरा लवकर करतो, गाडी जोरात चालवतो आणि खाण्याच्या बाबतीत पण माझा वेग चांगला आहे, तेव्हा संकोच केलास तर उपाशी राहशील."
–खाण्यासाठी कुमारनं हात पुढे केला. एकाएकी पुस्तकातलं पचनक्रियेवरचं चित्र समोर उभं राहिलं आणि पाठोपाठ ते सगळे विचार.
तो थबकला.
"का? थांबलास का?"–डॉक्टरांनी विचारलं. म्हणजे त्यांचं बारीक लक्ष होतं तर.
"एक विचारू, डॉक्टर?"
"जरूर."
"माणसं आजारीच का पडतात हो?"
डॉक्टर सहजतेनं म्हणाले,
"डॉक्टरांची प्रॅक्टिस चालावी म्हणून."
–कुमार हसला ते डॉक्टरांना बरं वाटावं म्हणून. पण तो पुन्हा गंभीर झाला. आजारपण, व्याधी, वेदना आणि शेवटी मरण–ह्या गोष्टी इतक्या सोप्या नव्हत्या.
"कसला विचार करतोस?– अरे बाबा, धिस इज लाईफ. जन्माला येणारा केव्हातरी मरायचाय आणि तेही ह्याच मार्गानं. डॉक्टरची पण ह्यातून सुटका नाही. माझंही मरण अशाच कोणत्या तरी एखाद्या व्याधीनं होणार. काहींचे हाल होतात, काहींचे होत नाहीत. काही वर्षानुवर्षे रखडत पडतात, तर काही चुटकी वाजल्याप्रमाणे मरतात. आता आपण जो पेशंट पाहणार आहोत तो सात वर्षं खिळून राहिलाय."
"त्याला काय होतंय?"
"पॅरॅलिसिस. कळलं?"
"नाही."
"अर्धांगवायू. आमच्या दोस्ताचा तो पेशंट. महिन्यातून एकदा माझ्या

दोस्तासाठी कन्सल्टेशन करायला जातो. जाऊ दे. आत्ता मरणाचा विषय कशाला?–
मरणाचा विचार करू नये. ते यायचं तेव्हा येतं. तुमच्या परवानगीची ते वाट पाहत नाही. आमंत्रणाची अपेक्षा करत नाही. घे घे, भजी घे मजा कर. परीक्षा कधी आहे तुझी?
"अवकाश आहे अजून."
"मॅट्रिकनंतर काय करणार?"
"चित्रकार व्हावंसं वाटतं."
"आवड आहे?"
"हो."
"चित्र काढायला येतात?"
"येतात."
"मला कधी दाखवली नाहीस?"
"अलीकडे फार काढली नाहीत."
"कुठं शिकतोस का?"
"आवडेल शिकायला. केव्हा जमेल तेव्हा जमेल."
"तुला आवडच असेल तर काही म्हणणं नाही. मला वाटतं तू डॉक्टर व्हावंस. सहा महिन्यांत माझ्यासारखी मोटार ठेवशील.
"मला जमेल?"
"इझिली. त्यात काय? –सगळं जमेल."
कुमार गप्प राहिला. वाई येईपर्यंत तो काही बोलला नाही. डॉक्टर गप्प होते. मधूनमधून शिट्टी वाजवत होते, तर केव्हाकेव्हा एखाद्या गाण्याची ओळ गुणगुणत होते. त्यांनी मोटारीला दिलेला वेग एक तऱ्हेची झिंग आणत होता. हवा प्रसन्न होती. आकाश निरभ्र होतं. स्वच्छ पडलेल्या चांदण्यामुळं समोरच्या रस्त्याचा पांढरा पट्टा दूरवरपर्यंत दिसत होता. डॉक्टर कुर्तकोटींची मोटार सुसाट पळत होती.
आणि तरीदेखील त्यांना वाईला पोहोचायला उशीरच झाला होता. डॉक्टरांच्या दुसऱ्या डॉक्टर – मित्राबरोबर ते दोघं पेशंटला पाहायला गेले. पण उशीर झालेला होता. दोन डॉक्टर्स, घरातले नातेवाईक, मित्र ह्यांच्या घोळक्यात असतानाही– कुमारच्या देखतच त्या कोणा पेशंटने शेवटचा श्वास सोडला आणि पुढच्याच क्षणी ते घर आक्रोश, किंकाळ्या, हुंदके आणि आरडाओरडींनी भरून गेलं. वाड्याच्या भिंती हलल्या. छत हादरलं आणि कुमारनं एका कोपऱ्यात जाऊन ओंजळीत तोंड लपवलं. डॉक्टरांची मोटार साताऱ्याच्या

दिशेनं पळत सुटली तरी तो आक्रोशाचा ध्वनी कुमारच्या कानातून जात नव्हता. डॉक्टर शीळ वाजवत नव्हते की गुणगुणत नव्हते. त्यांच्या मोटार चालवण्याच्या वेगातच काय तो फरक पडला नव्हता.

तेच आकाश, तेच चांदणं, तोच भस्माच्या पट्ट्यासारखा रस्त्याचा पट्टा–सगळं तेच. फक्त पाहणाऱ्याची मन:स्थिती बदलली आणि दृश्याचा अर्थ बदलला.

कुमारला ते सर्व भयाण – निरर्थक वाटलं.

सगळीकडनंच आक्रोशाचा ध्वनी येतोय असं वाटू लागलं.

अस्साच, अगदी अस्साच टाहो आपण फोडला. आपल्या आईनं फोडला; पण तो टाहो, तो गहजब किती टिकतो?

–ते घर सोडून आपल्याला अर्धा-पाऊण तास झाला. दु:खाचा आवेग तेवढाच राहिला असेल का? –रडतील-रडतील. फार तर सकाळपर्यंत रडतील, तयारी करणारे करतील आणि एक जण म्हणेलच, 'उचला आता.'

कुमारला वाटलं– माणूस कितीही मोठा असो. राजा असो-भिकारी असो, गरीब असो-श्रीमंत असो, आई असो-बाप असो वा अगदी पोटचा पोर असो, त्याच्या नशिबातले शेवटचे शब्द हेच, 'उचला आता.'

–कुमारचं विचारचक्र मोटारीच्या पुढे पळायला लागलं. एवढा मोठा विचार करायचं त्याचं हे वय नव्हतं, पण केव्हातरी आईबरोबर तो एकदा ज्ञानेश्वरीवरील प्रवचनाला गेला होता. त्याचा हा परिणाम होता. त्याला आता बुवांचे शब्द आठवत होते. बुवांनी छोटीशी कहाणी सांगितली होती. सगळे अवयव म्हणे एकदा ब्रह्मदेवाकडे गेले आणि म्हणाले, "आमच्यातला मोठा कोण हे सांगा." ब्रह्मदेव म्हणाले, "ज्याच्यानाचून अडतं तो मोठा."

त्यावर प्रथम डोळे रूसून गेले. माणसाला देवानं विचारलं, "डोळ्यांशिवाय तू कसा जगलास?"

त्यावर माणसानं सांगितलं, "जगलो एखाद्या आंधळ्याप्रमाणे."

मग कान रूसून गेले.

पुन्हा प्रश्न विचारल्यावर माणूस म्हणाला, "जगलो एखाद्या बहिऱ्याप्रमाणे."

असं होता होता, सगळे अवयव रूसून थकले.

शेवटी प्राण रूसून जायला लागला आणि माणूस उत्तर द्यायला उरलाच नाही. तेव्हा जेहेत्ते कालाचे ठायी, सर्वांत महत्त्वाचा प्राण. म्हणूनच तो एकदा रूसून गेला की बाकीचे म्हणतात–'उचला आता.'

–आपले वडील गेले तेव्हा ते शब्द कुणी उच्चारले हे त्याला आता आठवेना. वडील अचानक गेले. ऑफिसात काम करताना एकाएकी त्यांच्या छातीतून कळा यायला लागल्या. सहकाऱ्यांनी धावपळ केली. घरी निरोप पाठवला.

त्या निरोपापाठोपाठ कुणाच्यातरी मोटारीत घालून वडिलांना घरी आणण्यात आलं. घरी आल्यावर छातीतल्या कळा वाढत गेल्या. डॉक्टरांना निरोप गेले; पण डॉक्टर पोहोचण्यापूर्वीच सगळं काही संपलं होतं.

कुमारला हे सगळं आत्ता आठवलं आणि त्याच्याही नकळत त्याच्या तोंडून एक हुंदका बाहेर पडला. डॉक्टरांनी त्याच्याकडे पाहिलं आणि एका हातानं स्टिअरिंग सांभाळत त्यांनी दुसऱ्या हातानं कुमारला आपल्याजवळ ओढून घेतलं.

''देशपांडे, एवढं भावनाप्रधान राहून चालायचं नाही. बी टफ! जीवन असंच असतं.''

त्या दिवसापासून कुमार आणखीन एकाकी बनला. त्याचं सगळ्यातलं लक्षच उडालं. दैनंदिन कार्यक्रम तो पार पाडीत होता ते केवळ कर्तव्यभावनेनं. दवाखान्यात तो जास्त वेळ राहू लागला. नाना जोशींना गरज नसताना जास्त मदत करू लागला. जास्तीतजास्त माहिती त्यांच्याकडून मिळवायला लागला. प्रत्येक औषधाचे गुणधर्म काय आहेत, असतील, असावेत–ह्यांबद्दल तो चर्चा करायला लागला. नाना त्याला सांगून सांगून किती सांगणार?– कोणत्या बाटलीतलं कोणतं औषध, किती प्रमाणात दुसऱ्या औषधात मिसळायचं एवढीच त्यांना माहिती. औषधाचे गुणधर्म त्यांना कळायला लागले असते तर कुर्तकोटींचा दवाखाना त्यांनीच चालवला असता. कुमारचा दवाखान्यातला मुक्काम वाढत्या प्रमाणावर लांबू लागला, तसं कामदेखील वाढायला लागलं. डॉक्टरांकडून वारंवार बोलावणं जायचं. काहीशा वयस्कर आणि दमेकरी नानांपेक्षा, कुमारची मदतच डॉक्टरांना वरचेवर घ्यावीशी वाटू लागली. डॉक्टरांचा ह्या कारणानं सहवास जसा वाढत्या प्रमाणात मिळू लागला तशा अनेक अवांतर गोष्टी आणि स्थित्यंतरं होत चालली. हळूहळू भीड चेपली गेली. कुतूहल तर केव्हाच जळून गेलं. स्त्रीस्पर्शाची मातब्बरी राहिली नाही. पुरुषाच्या वा स्त्रीच्या उघड्या देहाची घृणा राहिली नाही.

'देह' ह्याबद्दलच्या कोणत्याच भावना प्रकर्षाने उरल्या नाहीत. नाना तऱ्हेच्या व्याधींनी हवालदिल झालेली माणसं पाह्यली की कुमारच्या मनात यायचं, कोणत्या तरी काळी, खुद्द हा आपला देहच आपली गळचेपी करील. लाचार बनवील. माणसातून उठवील.

सर्वच तऱ्हेचे पेशंटस् यायचे. थंडीताप, टायफॉईड, पोटदुखी, खोकला– व्याधींची नावं तरी किती सांगायची?– पण हे सगळे रोग परवडले. उघड उघड सांगता तरी येतं, काय होतंय ते. पण गुप्तरोग नावाचा प्रकार ही मानवाची केवळ-केवळ विटंबना होती. इतर सर्व व्याधी-उपाधींचा संबंध शरीरापुरता मर्यादित असायचा, पण गुप्तरोग म्हटलं रे म्हटलं की, पहिला

घाला पडायचा चारित्र्यावर, लौकिकावर. आपल्याला अशी काही व्याधी व्हावी ह्या जाणिवेनंच रोगी अर्धमेला झालेला असायचा. प्रथम त्याची समजूत घालायची. अन्य स्वाभाविक व्याधींप्रमाणेच ही व्याधी आहे हे त्याला पटवायचं आणि मग समजूत घालायची ती त्या पेशंटच्या नातेवाइकांची; –पण डॉक्टर ह्या सगळ्या गोष्टी करीत होते. कुमारचं तिथलं अस्तित्व हे आता सर्वांनी गृहीत धरलेलं होतं. एकेकाचं मन वळवण्याचा, त्यांना धीर देण्याचा डॉक्टरांचा आटापिटा पाहून कुमार थक्क व्हायचा. त्यानं गुप्तरोगाची स्वत:पुरती एक व्याख्यापण बनवली होती. गुप्त अवयवांना होतो तो गुप्तरोग असं नसून, जा रोग झाल्यानं समाजापासून लपवून ठेवावं लागतं तो –गुप्तरोग. नाना तऱ्हेची माणसं तो पाहत होता. अनुभव घेत होता. नवं नवं शिकत होता. त्याच्या कुवतीप्रमाणे माणसांचा अभ्यास करीत होता. हे सर्व पाहताना मात्र एक विचार सारखा डोक्यात येतच होता, की डॉक्टर एवढं सगळं घडूनही हसू कसे शकतात? आयुष्यात ह्यांना एवढी कसली मजा वाटते? हे प्रसन्न कसे राहू शकतात? एवढा रस कसा घेऊ शकतात?– हसतात काय, गातात काय, बँडेज बांधताना पण शीळ वाजवतात.

सगळं आयुष्य म्हणजे ह्या माणसाला एक शीळच वाटते काय?

"कुमार, मनावर परिणाम करून घ्यायचा नाही. यू हॅव टु फेस दि ट्रूथ बोल्डली!"

"डॉक्टर, माझं मन पुरतं दगड बनलंय. तुम्ही काहीही सांगा. मी आता तो भाबडा, भावनाप्रधान, चार वर्षांपूर्वीचा कुमार राह्यलेलो नाही."

"माझी अजून खात्री नाही. निव्वळ संशय येतोय."

"कसला?"

"विमलाबाईंनी पुष्कळ दिवस दुखणं लपवून ठेवलेलं असावं."

"किती दिवस?"

"मे बी फॉर फोर टु फाइव्ह इयर्स."

"खरंच?"

"हो."

"तिला काय झालंय पण?"

"सिफिलिस. जुना. त्यामुळे सिफिलिसवरून ते आता हार्टडिसिजवर गेलंय."

"डॉक्टर!–माझ्या आईला आणि सिफिलिस?–अशक्य–अशक्य."

"का!–"

"तो तर इन्फेक्शस डिसिज आहे ना?"

"हो."

"मग अगदी अशक्य. कारण माझी आई म्हणजे साक्षात देवता..."

"म्हणूनच म्हणालो कुमार, यू हॅव टू फेस दि ट्रूथ बोल्डली!"
"मान्य, पण डॉक्टर हे त्रिवार, त्रिवार अशक्य आहे."
"ते मलाही माहीत आहे. तरीसुद्धा एक गोष्ट तू विसरतोस."
"कोणती?"
"तुला तुझ्या आईची जेवढी ओळख आहे तेवढी वडिलांची ओळख होती?"
प्रश्नाचा रोख कुमारला समजला.
"म्हणजे वडील?"
"होय. दुर्दैवाने ती गोष्ट खरी आहे. ही वॉज माय पेशंट, बट फॉर सम डेज ओन्ली."
"त्यांच्यापायी आईला..."
"यू हॅव अंडरस्टुड इट. म्हणूनच सांगतो, डोंट मिसअंडरस्टँड युवर मदर. शी इज जस्ट ॲन अनलकी लेडी."
–कुमार गप्प गप्प होता. ह्या जगाचा निरोप घेण्यापूर्वी वडील असं काही मागं ठेवून जातात, हा धक्का भयंकर होता. मन दगडासारखं केलंय असं म्हणूनही ते फार फार असह्य होतं.
"असा चेहरा टाकू नकोस. दोन दिवसांनी मी कॉन्फरन्ससाठी मुंबईला जातोय, त्या वेळी तू चल. आपण विमलाबाईंना बरोबर घेऊन जाऊ. तिथं त्यांना के.ई.एम. मध्ये ठेवू. म्हणजे सगळ्या तऱ्हेची परीक्षा तिथं घेता येईल."
"पण..."
"बोल ना."
"मुंबईत आमचं कुणीच नाही."
"डोन्ट वरी! माझा भाचा असतो तिथं. के.ई.एम. मध्येच नोकरीला आहे तो. त्याच्या खोलीवर तू राहत जा."
"त्याला चालेल?"
"कुणाला?– माझ्या भाच्याला?– त्याला भेटच तू प्रत्यक्ष. माझ्यापेक्षा तुला माझा भाचा जास्त आवडेल."
"नाही–नाही, तसं व्हायचं नाही."
"भले आणि समज तसं झालं, तर काही बिघडणार आहे का? त्याची हॉबी तुला सांगितली, तर आत्तापासूनच तो तुला आवडायला लागेल."
"सांगा."
"त्याला चित्रकलेचं वेड आहे."
डॉक्टर-कुर्तकोटी निघून गेले.
कुमार तसाच उभा राहिला– ओसरीवर. भकासपणे.

शेवटी खुद्द आपल्या आईला अशी काही व्याधी व्हावी ना? अजब आहे. आय हॅव टु अ‍ॅक्स्पेट दि फॅक्ट. आय हॅव टु – अ‍ॅज वेल अ‍ॅज माय मदर हॅज टु... पण आता हे आईला सांगायचं कसं? कोणत्या तोंडानं? तिला हा धक्का कसा पेलवणार! गेल्या चार वर्षांत खरोखरच आपण आपल्या छातीत एकेक चिरे बसवले आहेत. हे मन आता भांबावून जायचं नाही. जीवन म्हणजे काय हे आता पुरतं समजलंय. आता वरच्या मुखवट्याला जीव भुलवायचा नाही. कातडीचं आकर्षण नाही. नियती पण आता मला थकवू शकणार नाही. जीवनाचं आणखीन विदारक स्वरूप मला व्हावं म्हणून ती व्याधी तिनं थेट माझ्या घराला आणून भिडवली. भिडू दे, पण माझी आई झाली म्हणून काय झालं? ती काही दिव्य देह धारण करून आलेली नाही, हे मला समजलंय. पण नियतीला हे नाही कळलं. म्हणून माझ्यावर वार करायला निघाली आणि जखम केली ती मात्र आईलाच. एक तर वार आडून करायचा. समोरासमोर यायचं नाही आणि त्यात पुन्हा वार करायचा तोही भलत्यालाच. झुंज तर सोडाच पण जन्मत:च तहाचं निशाण घेऊन जन्माला येणाऱ्या माणसांच्या मागेच नियती लागते. बळी तो कान पिळी म्हणतात ती म्हण नियतीच्या बाबतीत पण लागू पडते. तुल्यबळ शक्तीशी मुकाबला करण्यापेक्षा, जे केव्हा तरी मरणारच आहेत त्यांच्यासारख्या अशक्त प्राणिमात्रांशीच नियती खेळणार, ही मोठी मौज आहे. त्यापेक्षा माणसं परवडली. भांडतील, मारामाऱ्या करतील, हेवेदावे करतील, पण हाक दिली तर केव्हातरी धावून पण येतील. नाहीतर हे डॉ. कुर्तकोटी, वाड्यातले गणेशभट –ह्यांनी का पाठीशी उभं राहावं?

डॉ. कुर्तकोटींच्या बरोबर कुमार आईला घेऊन मुंबईला आला. डॉक्टरांच्याच ओळखीने के.ई.एम. मध्ये पटकन प्रवेश मिळाला. पण एकूणच फार उशीर झाला होता. के.ई.एम. मध्ये प्रवेश मिळाल्यावर पंधराच दिवसांनी विमलाबाईंनी ह्या जगाचा निरोप घेतला.

'मी मन घट्ट केलंय' असं म्हणणं– आणि ते खरोखरच घट्ट झालेलं असणं ह्यात किती फरक होता, हे आईचा प्रत्यक्ष वियोग झाल्यावर कुमारला कळलं. तो दिवसभर भ्रमिष्टासारखा नुसता बसून राह्यला होता. पंधरा दिवसांत त्यानं काही म्हणजे काहीच केलेलं नव्हतं. त्याला त्या पंधरा दिवसांत एखाद्या लहान मुलाप्रमाणे सांभाळलं ते डॉक्टरांच्या भाच्यानं. किशोरनं!

कुमारच्या आईला हॉस्पिटलमध्ये प्रवेश मिळाल्याच्या तिसऱ्याच दिवशी डॉक्टर साताऱ्याला परतले होते. किशोरनं ती बातमी डॉक्टरांना कळवली; पण साताऱ्यातली कामं संपवून मुंबईला येईतो मध्ये पंधरा दिवस लोटले होते.

कुमारनं पुढे काय करायचं हा प्रश्न आता डॉक्टरांनाच सोडवायचा होता. कुमारला दुसरं कुणी नव्हतं. सातार्‍यात आता त्या घरात कुमारला चैन पडणार नव्हतं. त्यानं आपल्या भविष्याचा सगळा प्रश्न डॉक्टरांवरच सोपवला होता.

शेवटी किशोर आणि डॉक्टर ह्यांनी पर्याय सुचवला तो असा, की सातारचं घर येईल तेवढ्या किमतीला विकून टाकावं. कुमारनं मुंबईतच काही ना काही व्यवसाय पाहावा. नोकरी शोधावी. जमलं तर नोकरी सांभाळून कॉलेज करावं. विरक्तीनं कुमारनं तो मंजूर असल्याचं सांगितलं. डॉक्टरांबरोबर तो सातारला गेला. कुमारला दिलासा वाटावा म्हणून रजा घेऊन किशोर पण सातारला गेला. सातार्‍याहून जवळ असलेल्या साखरवाडी गावात किशोरचे आईवडील, म्हणजे डॉक्टरांची बहीण राहत होती. कुमारबरोबर त्याला सोबत म्हणून जायचं आणि आईवडिलांना पण भेटायचं ह्या दुहेरी हेतूनं तो सातारला आला होता.

घर विकायचं म्हटल्यावर जे पहिलं गिर्‍हाईक आलं, त्याच्याशीच व्यवहार पक्का करण्यात आला. पुढाकार घेतला तो डॉक्टरांनीच. कुमारचा त्यांच्यावर पूर्ण विश्वास होता आणि एकूणच त्याला एवढी विरक्ती आली होती, की डॉक्टरांनी ते घर एखाद्याला फुकट देऊ या, असं म्हटलं असतं तरी तो कदाचित हो म्हणाला असता.

पंधरा-वीस हजारांची रक्कम ताब्यात आल्यावर कुमारनं त्यातले हजार रुपये कृतज्ञताभावानं गणेशभटांच्या हातात ठेवून त्यांना वाकून नमस्कार केला आणि घराकडे एकदाही वळून न पाहता डोळे पुसत तो डॉक्टरांच्या गाडीत बसला. त्या घराचा आणि आता पर्यायानं सातार्‍याचा आणि त्याचा कोणताच ऋणानुबंध राहिला नव्हता.

मेडिकल कॉलेजच्या ॲनाटॉमी डिपार्टमेंटचा-डिसेक्शन हॉल पाहून कुमार थक्क झाला. जवळजवळ १५०x२२ फूट लांबी-रुंदीचा तो हॉल. तिथे पंचवीस-तीस मोठमोठाली टेबल्स पडलेली होती. एका भिंतीला वॉश बेसिन्स होती. मोठमोठे दरवाजे होते. काचेची, पांढरा रंग दिलेली कपाटं होती. पांढरे झगे घातलेले विद्यार्थी आणि विद्यार्थिनी ह्यांनी तो हॉल भरून गेलेला होता. टेबला-टेबलावरून पाचांचे-सहांचे घोळके होते. त्यांच्या हातात नोटबुक्स होती आणि त्या घोळक्याच्या मध्यभागी टेबलावर सांगाडे पडलेले होते. काही टेबलांवरून संपूर्ण सांगाडे, काही टेबलांवर नुसतेच कापून आणलेले पाय, तर एका टेबलावर तर फक्त डोकंच होतं कुणाचं तरी. चांगल्या तरुण, सुंदर, नाजूक मुली बिनदिक्कतपणे शरीराचे ते निरनिराळे भाग हातात घेऊन पाहत

होत्या. कुणी त्या अवयवांचे आणखीन तुकडे करीत होत्या. त्याच वेळी त्यांचा एकमेकीत हास्यविनोद पण चालला होता. जणू काही तो डिसेक्शन हॉल नसून एखादी बागच होती आणि प्रत्येकीच्या हातात फुलांचे गुच्छ होते. त्या हॉलमध्ये कुणीही मरगळलेला नव्हता. दुःखी नव्हता, उदास नव्हता वा विरक्त नव्हता. एकदोघं तर चक्क हातातलं हाड टेबलावर धरून ठेक्यात वाजवत होते. ते हाड कशाचं असेल? हाताचं? कुणाच्या हाताचं ते हाड असेल? जिवंतपणी त्या हाताला कुणी एकानं किती जपलं असेल? ते हाड बाईच्या हाताचं असेल की पुरुषाच्या? बाईच्या असेल तर त्या हातावर जिवंतपणी सोन्याच्या बांगड्या चढल्या असतील. तो कुणीतरी हळुवारपणे हातात घेतला असेल. सिनेमाच्या अंधारात तो हात कुणाचा तरी विसावा झाला असेल. ते हाड कोणा एखाद्या नर्तकीच्या हाताचं असेल का? त्या हाताची मालकीण केव्हा मेली असेल? कशानं गेली असेल? मरताना तिच्याजवळ कुणी असेल का? तिचा नवरा, नाहीतर तिचा मुलगा? कदाचित शेवटचा निरोप घेताना, प्राण घशात अडकलेला असताना, शेवटचा वात्सल्याचा स्पर्श करण्यासाठी हा हात वर उचलला गेला असेल...

–आपल्या आईनं तसाच प्रयत्न केला; पण तिनं उचललेला हात आपण हातात घेण्यापूर्वीच तो खाली कोसळला–

कुमारच्या मनात हा विचार यायला आणि तिकडे त्या विद्यार्थ्याच्या हातून ते हाड खाली पडायला एकच गाठ पडली. कुमार चटकन पुढे झाला. आपण काय करतो आहोत हे न समजून त्यानं ते हाड उचलून त्या विद्यार्थ्याच्या हातात दिलं, नंतर तो कावराबावरा झाला. त्याच्या चेहऱ्यावरचे सगळे भाव न्याहाळीत किशोर त्याला थोपटीत म्हणाला, "इट इज ऑल राईट–"

डिसेक्शन हॉल क्रॉस करून दोघं जण पलीकडच्या खोलीत गेली.

किशोर म्हणाला, "कुमार, ही तुझी काम करायची जागा. इथं काम करायचं. कामाची माहिती तुला नेरूरकर सांगतीलच. त्याशिवाय गरज पडली तर मी आहेच. इथं हा फोन आहे. फोन करू शकतोस किंवा प्युनबरोबर निरोप पाठवू शकतोस. ओ.के. मी एक वाजता येतो. आपण मग कुठेतरी खाऊन घेऊ त्या वेळी. जाऊ?"

–कुमारनं मान हलवून होकार दिला.

नोकरीचा पहिला दिवस संपवून कुमार चौपाटीवर येऊन बसला–एकटाच. सोबतीला डोक्यातलं विचारांचं वादळ. विचार आणि विचारच फक्त. त्यात दुःख नव्हतं. सौख्य नव्हतं. भविष्याची चिंता नव्हती. फक्त विचारच होते. आपण कुठे होतो, कुठे आलो. वडील गेले. तडकाफडकी आई गेली.

कुणाचा कोण किशोर. तो महिन्यापूर्वी भेटतो काय आणि आज त्याच्याच सहकार्यानं आपण राहतो काय? अशा पद्धतीनं सातारा कधी काळी सोडावं लागेल यावर त्याचा एरवी विश्वास बसला नसता. पण एखादा झंझावात सुटावा आणि पालापाचोळा काय, पण मुळं खोलवर गेलेली आहेत असा वृक्ष उन्मळून पडावा तसं आयुष्याचं झालं. राहतं घर विकावं लागलं– आणि ह्या अफाट शहरात येऊन पडावं लागलं.

आज त्या डिसेक्शन हॉलमध्ये अनेक बेवारशी सांगाडे पडलेले होते. त्या सांगाड्यांत आणि आपल्यात काय फरक आहे?

जेवढे ते बेवारशी आहेत तेवढेच आपण.

–विचारांच्या तंद्रीत किती वेळ गेला कोण जाणे. चौपाटीवरची गर्दी विरळ व्हायला लागली. भेळपुरीवाल्यांच्या गाड्या पण हलके हलके परतायला लागल्या.

उठावं–आणि जावं– असा विचार बऱ्याच वेळा मनात येऊन गेला. पुन्हा वाटलं, रात्रभर इथं बसलो तरी काय बिघडणार आहे?

वाट पाहायला आहेच कोण?

येऊन जाऊन किशोर.

किशोरचा विचार येताच कुमार भानावर आला. उठून चालू लागला. खोलीवर तो परतला तेव्हा एकीकडे गाणी गुणगुणत, माना वेड्यावाकड्या करीत, स्वत:वरच खूश असलेला किशोर पेंटिंग करण्यात दंग होता. त्यानं कुमारकडं पाह्यलं आणि तो म्हणाला,

"आलास का? बरं झालं. नाहीतर आणखीन पाच-दहा मिनिटांत तुला शोधण्यासाठी बाहेर पडण्याचा विचार होता."

"मी हरवलो असं वाटलं का?"

"तसंच काही नाही अगदी. हरवला नसशील किंवा तुला कुणी पळवला पण नसेल. भीती एकच तुझ्या बाबतीत–कुठंतरी एकलकोंड्याप्रमाणे बसला असलास तर काय घ्या?"

–कुमारला लागल्यासारखं झालं. आपली काळजी करणारं कुणीच नाही असं आपल्याला मघाशी वाटलं, ते फार चुकीचं होतं.

"जेवलास का?"

"नाही."

"मीसुद्धा आज जेवलो नाही."

"का?"

"कंटाळा आला. नुसतंच खायला आणलं होतं. तुझ्यासाठी पण ठेवलंय ते

खाऊन घे.''
एवढं सांगून किशोर पुन्हा कामात दंग झाला.
कुमारनं खाऊन घेतलं आणि तो मग किशोरचं काम पाहत राहिला.
फ्लॉवरपॉट घेऊन उभ्या असलेल्या एका बाईचं चित्र किशोर रंगवत होता. त्याच्या कामात तो दंग झाला होता. चित्र जवळजवळ पुरं होत आलं होतं. हातातल्या बांगड्या तो आता बारकाईनं काढत होता. त्या हाताकडे कुमार पाहत होता आणि एकाएकी कसं कुणास ठाऊक पण त्या हाताच्या ठिकाणी त्याला नुसतं हाताचं हाडच दिसायला लागलं.
''ह्या बाईच्या हातात तीन बांगड्या पुरेत की आणखी घालू?'' –किशोरनं मध्येच विचारलं.
''आँ, मला काही म्हणालास?''
''तुझं लक्ष कुठं होतं?''
''खरं सांगू?''
''सांग की. इथं कुणाची भीती आहे?–खरं बोलायला?''
''माझ्या डोळ्यासमोरचा तो चित्रातला हात क्षणभर नाहीसा झाला.''
''आणि काय?''
''तिथं डिसेक्शन हॉलमधलं नुसतं हाड दिसायला लागलं.''
''समथिंग ॲब्सर्ड.''
''ॲब्सर्ड?– किशोर, तेच सत्य आहे शेवटी.''
''सत्य काय?– हाड?''
''ऑफ कोर्स.''
''थांब आता. तुझ्याशी जरा बोललंच पाह्यजे.''
–किशोर एवढं म्हणाला आणि त्यानं हातातली प्लेट आणि ब्रश खाली ठेवला. तो कुमारसमोर येऊन बसला आणि कुमारवर नजर रोखीत त्यानं विचारलं,
''हाड हे सत्य काय?''
''अर्थात शेवटी काय राहतं? अस्थी आणि राखच की नाही?''
''कुणी नाकारलंय का हे? –पण म्हणून तेवढं सत्य आणि बाकीचं सगळं खोटं असंच का म्हणायचं? अस्थी खऱ्या आणि ही जी काय कातडी दिसते ती काय खोटी? एकाच देहातल्या दोन घटकांपैकी एक घटक खरा व दुसरा –खोटा हे कसं शक्य आहे?''
''कोण म्हणतं तसं? मी तर म्हणतो सगळंच खोटं आहे.''
''खोटं का मानायचं पण? जे पंचेंद्रियांना जातायेता, प्रत्येक क्षणी जाणवतं ते

खोटं असेलच कसं?''

''ते फार क्षणभंगुर आहे.''

''हे कबूल. त्याचं आयुष्य छोटं आहे म्हण. पण खोटं म्हणू नकोस. अशाश्वत असेल पण खोटं नाही.''

''म्हणून मला अशाश्वत गोष्टींच्या मागे धावायची इच्छा उरलेली नाही.''

''ठीक आहे. अशाश्वत गोष्टींच्या मागे तू पळावं असं मी म्हणत नाही; पण ह्याचा अर्थ समोर येणाऱ्या गोष्टींकडे तू पाठ फिरवावीस हेही बरोबर नाही. हा शुद्ध पळपुटेपणा आहे. भ्याडपणा आहे.''

''किशोर, तुला मी आता कसं सांगू? मला नाही कशात रस वाटत.''

''मला माहीत आहे ते. तुझं आयुष्य कसं गेलं ते मला माहीत आहे.''

''मी आता पुरता विटून गेलोय. विरक्त बनलोय.''

''तू जर खऱ्या अर्थानं एवढा विटून गेला आहेस तर मग जगतोस तरी का? तुझं जीवन तू संपवू शकतोस.''

''आत्महत्या?''

''येस. सरळ सरळ जीव देणं.''

''माझ्यात तेवढं धारिष्ट्य नाही.''

''ह्याचाच अर्थ, तुझं मन पुरतं विटलेलं नाही. अजून काही स्वप्नं मनाशी आहेत...''

''खोटं आहे. खोटं आहे हे.''

''मग का जगतोस, सांगशील?''

–कुमार इथं गप्प बसला. त्याला उत्तर सुचेना. किशोर पुढं आवेशानं म्हणाला, ''आजच्या दिवसापेक्षा उद्याचा दिवस नक्की चांगला असणार याची आशा सुटत नाही म्हणून आपण जगतो. उद्याबद्दलची काही ना काही स्वप्नं उराशी असतात म्हणून आज मृत्यूला कवटाळावं असं वाटत नाही. वैराग्य मीही जाणतो. ह्या हॉस्पिटलमध्ये मी, तू येण्यापूर्वीपासून काम करतोय. एकेकाळी सगळ्या वार्डांतून मी भटकत असे. तो माझा छंद होता. जराजर्जर झालेले रोगी मी रस घेऊन पाहत होतो. शरीराचं हाड न् हाड दिसतंय, डोळे खोल गेलेले आहेत, नाकात ऑक्सिजनच्या नळ्या लागलेल्या आहेत– खुद्द डॉक्टरांनीपण आशा सोडलेली आहे तरी त्या क्षण मोजत जाणाऱ्या रोग्याला वाटायचं की पुढचा क्षण हा अमरत्व घेऊन येणार आहे हे, मी पाह्यलं. अनेक वर्षं पाह्यलं. मग मला त्या हाडांच्या सांगाड्यांचं कधीच भय वाटलं नाही. कारण जगण्यातला प्रत्येक क्षण मला मरण्याच्या क्षणाएवढाच मोठा वाटू लागला. खरा वाटू लागला. मरण आणि जीवन ह्यात फरक एवढाच असेल की जीवनाची शाश्वती नाही; पण मरणाची निश्चित आहे. मग असं

वाटू लागलं की हे अशाश्वत जीवन आपल्याला कोणत्यातरी एखाद्या उपायानं शाश्वत करता येईल. त्या विचारातून चित्रकलेचा ओढा वाटू लागला. केव्हा केव्हा मलाही वीरश्री येते. वाटतं हेही खोटं, तेही खोटं. पण नंतरच्या क्षणी सगळंच खरं वाटतं. ज्या क्षणी ते खरं वाटतं तो क्षण जतन करायचा एकमेव मार्ग –अशी काहीतरी कलासाधना करायची.''

किशोरचं हे लांबलचक वक्तव्य ऐकून कुमार विचारात पडला. आयुष्याबद्दल किशोरनं एवढा कधी विचार केला असेल असं त्याला वाटलं नव्हतं.

माणसाच्या अनेक छटांपैकी एखादी छटा प्रकट होण्यासाठीदेखील योग्य ती वेळ यावी लागते. त्या त्या वेळी जे प्रकट होतं ती छटा म्हणजे संपूर्ण माणसाचं दर्शन नव्हे. आपल्यालाच फार घाई होते आणि एखादी छटा, एखादा विचार, एखादी कृती म्हणजे ती संपूर्ण व्यक्ती असं आपण धरून चालतो, असं गृहीत धरून चालण्याची खोड वाढवणं म्हणजे पश्चात्तापाला भरपूर वाव देणं. पश्चात्तापाचा काळ हा काही अचानक उगवत नाही किंवा आपोआप जन्माला येत नाही. भूतकाळात ज्या काही गोष्टी आपण अकारण घाईनं उरकतो त्या घाईच्या क्षणीच अशा काळाला आपण जन्म देतो. मग ती घाई एखादी कृती करण्यात असो, एखाद्या व्यक्तीबाबत बांधतो त्या आडाख्याबाबतची असो.

किशोर हा एक अत्यंत साधा प्राणी आपल्याला वाटला होता ह्याची कुमारला आता काहीशी लाज वाटली. आपले पुष्कळसे आडाखे हे दृश्य स्वरूपावर आधारित असतात. मध्यम बांधा, वर्ण काळासावळा, दिसायला साधारण बरा, शरीरयष्टी त्या मानानं किरकोळ, ज्याला व्यक्तिमत्त्व म्हणता येईल त्या व्याख्येतून ज्याला सामान्य म्हणता येईल असा किशोर– त्याच्याजवळ जीवनाचं दर्शन घडण्याइतपत असे काही विचार असतील ह्याची कुमारला अपेक्षा नव्हती. स्वतःच्या विचारांनी आपल्यासारखा परावृत्त न होता जीवनात आनंद निर्माण करू शकलेल्या किशोरचं कुमारला कौतुक वाटलं. तो म्हणाला, ''पुढच्याच क्षणी तुला सगळं खरं वाटतं, हे कौतुक आहे. माझ्या मनातून हे सगळे फोल आहे, हे जातच नाही.''

''कष्टानं तुला ते विचार घालवावे लागतील, नाहीतर तुझी धडगत नाही. जगायचं आहेच, मरायचं नाही, हे एकदा ठरल्यावर आहेत ते क्षण सार्थ करायला हवेत.''

''सांगायला ठीक आहे ते सगळं आणि तू काय सांगतोस ते पटतंसुद्धा; पण आता हे कृतीत उतरवायचं ते कसं?''

''एक विचार अगदी ह्या क्षणी डोक्यात आलाय. विचारू?''

''विचार ना.''

"माणसाची साधारण धाव कुठून कुठं असते? मात्र जन्मापासून मृत्यूकडं हे उत्तर देऊ नकोस.''

"मग काय सांगू?''

"कर विचार आणि सांग.''

"नाही येत सांगता.''

"माझ्या मामांकडे तू नोकरीस होतास. तुला मामांच्या एकूण व्यवसायाबद्दल फार कुतूहल होतं. करेक्ट?''

"हो.''

"ते का होतं?''

"काही माहीत नव्हतं म्हणून.''

"आणि माहीत झाल्यावर?''

"माझं हे असं झालं.''

"ॲग्रीड. म्हणजेच कशाचं काही वाटेनासं झालं.''

"होय.''

"म्हणजेच ज्याचं ज्ञान झालंय त्याबद्दल कुतूहल वाटत नाही.''

"तसंच.''

"शोध घ्यावासा वाटतो तो अज्ञानाचा.''

–कुमार गप्प बसला. किशोरला आपल्याला शेवटी कुठं न्यायचं ते त्याला कळेना. किशोरला मात्र हुरूप वाटून तो पुढे म्हणाला, "माणसं स्वप्नामागे पळतात आणि सत्य शोधून काढण्याचा प्रयत्न करतात असं म्हणतात. तुझ्या बाबतीत जरा उलटं होईल एवढंच.''

"म्हणजे काय?''

"तुला सत्य सापडलं आहे. तेव्हा जे ऑलरेडी जवळ आहे ते तसंच राहू दे. ते आता कुठं जायचं नाही. आता जरा स्वप्नांचा पाठपुरावा कर. कारण जो जगत आहे त्याला सत्याएवढंच स्वप्न हे साकारायचं असतं. ते निराकार, निर्गुण आहे असं समज. निसर्ग हे सत्य आहे. परमेश्वरस्वरूप हे स्वप्न आहे. म्हणून त्याला निरनिराळे आकार देणं आलं, त्याच्या स्वरूपाबद्दल कल्पना लढवणं आलं. असं करण्यात काही नुकसान नाही. शेवटी स्वप्न सत्यात उतरतं. निसर्गात देवत्व भासू शकतं. देवत्वात निसर्ग दिसला असं होत नाही. सत्याचा अर्थ समजल्यावर स्वप्न जास्त डोळसपणानं रंगवता येतं. तेव्हा ही सगळी शिथिलता सोड. काहीतरी करीत राहा.''

"काय करू?''

"स्वप्न ताजं राहील असं काहीही. पेंटिंग करायला लाग माझ्याप्रमाणं.

चित्रकलेची लहानपणी खूप आवड होती असं जाता येता म्हणतोस. डॉक्टरमामा सांगत होते.''

''होता एक काळ तसा. कितीतरी दिवस लोटले. हातात कागद नाही, पेन्सिल नाही, ब्रश नाही, काही नाही.''

''तो क्या बडी बात है? इथं आत्ता सगळं आहे.''

''मला जमेल?''

''पंचेंद्रियांच्या कक्षेतलं कोणतंही कार्य मानवाला अशक्य नाही. घे तिथला ब्रश. ती प्लेट घे. फिगर सोडून उरलेल्या कॅनव्हासवर तो निळा रंग घे भरायला.''

–कुमार पुढं झाला. त्याने हातात प्लेट घेतली. ब्रश घेतला. समोरच्या चित्रावर तो ब्रश टेकवणार तोच दार उघडलं गेलं आणि शारदा आत येत किशोरला म्हणाली, ''आम्हालाच तेवढं शिकवू नका.''

चेहरा ओळखीचा वाटला. व्यक्ती पाहण्यातली वाटली. पण आता नावगाव आठवेना. ब्रश आणि प्लेट तशीच हातात राहिली आणि कुमार शारदाकडे पाह्यला लागला. तिची बोलण्याची ढबदेखील ओळखीची वाटली. पण तसा काही पत्ता लागेना. मग तो स्वत:शी म्हणाला, ''आपण आपलं काम जमतं का पाहू या. त्या दोघांच्या संभाषणाच्या धाग्यावरून आपल्याला संदर्भ लागेल आणि ही बाई आपण कुठे पाह्यली ह्याचा पत्ता लागेल.''

''या शारदाबेन!'' किशोरनं स्वागत केलं.

''आम्हाला नका शिकवू.''

''असं आठ-दहा दिवसांनी उगवायचं आणि शिकवणीचा विषय काढायचा. चित्रकला काय एवढी सोपी आहे काय? त्याला कष्ट पडतात कष्ट. वर्षानुवर्षं मेहनत घ्यावी लागते. रक्त आटवावं लागतं. तपश्चर्या करावी लागते. ते काय तुमच्या नर्सिंगसारखं सोपं आहे काय?'' किशोर म्हणाला.

-नर्सिंग-नर्सिंग-नर्सिंग....

म्हणजे या बाईचा पेशा नर्सिंगचा आहे काय?– कुमार विचारात पडला.

''नर्सिंग सोपं आहे म्हणून कुणी सांगितलं हो महाराजा? तिथंही कष्ट आहेत. वर्षच्या वर्षं घालवावी लागतात. तपश्चर्या करावी लागते.''

''हा नवीन शोध आहे. थोडं स्पष्टीकरण कराल काय?''

''हो, त्यात काय? पेंटिंग, नर्सिंग – दोन्हींत फार साम्य आहे. दोन्ही व्यवसायांसाठी ॲनाटॉमीचा अभ्यास करावा लागतो. करेक्ट?''

''करेक्ट!''

''मनातली व्यथा तुम्ही रंगाच्या साहाय्यानं चेहऱ्यावर रंगवता, तर आम्ही चेहऱ्यावरून व्यथा, व्याधी कोणती आहे ते शोधतो. मानसशास्त्र दोघांना कळावं

लागतं. जिचं चित्र काढायचं ती व्यक्ती तुम्हाला समजून घ्यावी लागते. रडणाऱ्या व्यक्तीचं हुबेहूब चित्र काढलं की तुमचं कार्य तिथं संपलं. ह्याउलट, नर्सिंगचं काम तिथून पुढे सुरू होतं – ते त्या व्यक्तीचे अश्रू पुसले जाईपर्यंत थांबत नाही.''

''पुरे–पुरे, –बाईसाहेब हरलो आम्ही.''

''होय ना, मग आता शिकवा मला.''

''शिकवायचं काय त्यात?–कागद घ्यायचा, पेन्सिल घ्यायची आणि समोर दिसेल ते ते काढायला लागायचं.''

''समोर दिसेल ते, म्हणजे काय?– आत्ता सगळंच दिसतंय.''

''मग घे ते पॅड– आणि हा आमचा दोस्त इथं चित्र काढत उभा आहे ते काढ– अरे हो, तुमची ओळख करून देतो हं. कुमार...''

प्लेट व ब्रश खाली ठेवत कुमारनं तोंड वळवलं. तोच शारदा म्हणाली,

''मी ह्यांना ओळखते.''

''ते कसं शक्य?''

''वा, तुम्ही विसरलात वाटतं?–ह्यांच्या आई माझ्याच वॉर्डला होत्या. पहिले चारपाच दिवस. नंतर माझा वॉर्ड बदलला. पण ह्यांना ओळखते मी.''

–आपल्या आईची ह्या बाईनं काही काळ का होईना सेवा केली आणि आपण मात्र हिला विसरलो-ह्याचं कुमारला नवल वाटलं, वाईट वाटलं.

''माफ करा हं. मी तुम्हाला ओळखलं नाही अगोदर.''

''साहजिकच आहे. तेव्हा अंगावर युनिफॉर्म असतो, आता तो नाही, हे एक मुख्य कारण आहे.''

''शारदाबेन, काहीतरी काय?–कपड्यांचा प्रश्न गौण आहे,'' किशोर म्हणाला.

''ते ओळख पक्की झाल्यावर. काही काही लोकांचा पेशा असाच असतो की त्या कपड्यांतच ते पटकन ओळखीचे वाटतात.''

''म्हणजे काय?''

''आता कसं सांगू? ऑफिसात सुटाबुटात भेटणारा साहेब– त्याच्या घरी जेव्हा अर्ध्या चड्डीत आणि वर उघडा भेटतो तेव्हा कसा वाटतो? एकदम विनोदी वाटतो किंवा लग्नकार्यातून ज्या भटजींना नेहमीच उघडे पाहायचा सराव असतो ते जेव्हा फुल कपड्यात वाटेत भेटतात तेव्हा काय वाटतं? तसंच आहे आमचं. भटजी नेहमीच उघडा हवा आणि साहेब नेहमीच सुटाबुटात हवा– हे सरावानं पडलेले संकेत आहेत.''

–शारदा हिरिरीनं बोलत होती. कुमार तिच्याकडे पाहत राहिला.

पाहत राहण्यासारखं काही नसताना तो पाहत राह्यला. शारदा वर्णानं काळी

होती. तिची उंची जेमतेम पाच फूट होती, शरीरयष्टी एकदम किरकोळ. कपाळ अरुंद. जिवणी रुंद. नाक मात्र सरळ होतं. पण कपाळ काहीसं पुढे आणि डोळे आत. लक्ष वेधून घेतलं जाईल अशी फक्त एकच गोष्ट होती. ती म्हणजे लांबलचक केस. नर्सिंगचा पेशा असल्यानं युनिफॉर्ममध्ये ती एकमेव जमेची बाजू कुणाला कधी दिसली नसेल. लक्ष जाईल असं काहीच नसताना आत्ता कुमारला तिच्याकडे पाहावंसं वाटलं ते तिचा एकूण आवेश पाहून. तिच्या बोलण्यात एक तऱ्हेचा जिवंतपणा होता. कुमारला त्या क्षणी वाटलं की जिवंतपणा हेच एक अपूर्व सौंदर्य असतं आणि त्या बाबतीत आत्ता शारदा निःसंशय सुंदर दिसत होती. किशोरनं आणखीन जास्त जास्त छेडायला सुरुवात केली. ती आत्मविश्वासानं बोलत राहिली. कुमारला वाटलं, स्वतःच्या सौंदर्याचा गर्व नसलेल्या रूपगर्वितेला जेवढा जीवनाचा अर्थ समजला असेल तेवढाच अर्थ स्वतःच्या कुरूपपणाची खंत नसलेल्या शारदेला समजलेला आहे.
–ती प्रसन्न होती. तिला जे काही मिळालं होतं ते तिनं स्वीकारलं होतं. जे मिळालं नव्हतं त्यावर मनस्ताप करून न घेता पाणी सोडलं होतं. हा प्रसन्नपणा, जिवंतपणा ह्या पोरीनं कुठून आणला असेल?
पेशा नर्सचा. सहवास रोग्यांशी, व्यथेशी, रक्त-पू-ओकारी मलमूत्र ह्यांच्याशी!–नेहमी समोर दिसत राहणार ते दुर्मुखलेले चेहरे. व्याधीजर्जर देह.
–तरी ती रसरशीत. फुललेली आणि आपण...
–छे, ही मरगळ टाकलीच पाह्यजे. काहीतरी नवं शिकलं पाहिजे. ज्यामुळे आत्मविश्वास वाढेल, आनंद वाढेल, श्रद्धा वाढेल... जिथं तिथं दिव्यत्वाची प्रचीती येऊ लागेल...
त्याच भरात कुमारनं पुन्हा प्लेट हातात घेतली. ब्रश घेतला व त्यानं किशोरला विचारलं, "मी खरंच रंगवू काय?"
"अवश्य, –मघाशी काय केलंस?"
"धाडस झालं नाही. नुसता चित्रासमोर उभा होतो मी."
"रंगव, रंगव."
"तुझी कलाकृती माझ्या हातून बिघडली तर?"
"कलाकृती बिघडली तर? –काहीतरी ॲब्सर्ड प्रश्न विचारू नकोस."

"ॲब्सर्ड म्हणजे काय?"
"ॲब्सर्ड म्हणजे असं– की कलाकृती ह्यावर माझा विश्वास नाही. अगोदर बिघडतो तो कलाकार– कलाकृती नव्हे."
–फोनची घंटा कितीतरी वेळ वाजत असावी.

किशोरकुमार भानावर आले. त्यांना किशोरचं वाक्य आठवलं. ह्याच वाक्यापाशी त्यांची विचारमाला तुटली होती.

फोन घेण्यासाठी ते उठले तेव्हा स्वत:शी पुटपुटले, 'खरं आहे. अगोदर बिघडतो तो कलाकार, कलाकृती नव्हे.'

मघाशीच ते दीपकच्या खोलीत जाऊन आले होते. सुजाताबरोबर त्यानं काहीतरी अतिप्रसंग करण्याचा प्रयत्न केला होता ह्याचं शल्य होतंच; पण किशोरकुमारांमधल्या कलावंताला वेदना जर कशाच्या झाल्या असतील तर दीपकनं करायला घेतलेलं पोर्ट्रेट पार बिघडत होतं, ह्याच्या.

''हॅलो, मी किशोरकुमार बोलतोय.''

''मेघमाला हियर.'' पलीकडून आवाज आला.

''हां, बोल. सुजाता कशी आहे?''

''एकदम ओ.के. मला तिची काळजी फार वाटली नाही. मला तुझी काळजी वाटते.''

''माझी कसली काळजी?''

''अजून विचार करीत बसला असशील एकटाच?''

''.......''

''बोल ना, गप्प का?''

''तू म्हणतेस ते खरं आहे.''

''एव्हरीथिंग इज ऑल राइट! उगीच विचार करीत बसू नकोस. स्टुडिओ बंद कर. कॉफी घ्यायला इकडे ये. मी वाट पाहते.''

''मेघमाला...''

–फोन बंद केल्याचा पलीकडून आवाज आला.

किशोरकुमारांचा मग नाइलाजच झाला. आता तिच्याकडे जायलाच हवं होतं. विचार करायचा नाही असं कितीही म्हटलं तरी मनात शारदेचा विचार आलाच. एवढं प्रेम, इतकी माया तिनं करायला हवी. आपल्याला घरी जायला उशीर झाला तर तिचा फोन यायला हवा.

तसा येत नाही. आजवर आला नाही.

शृंगार आणि वैराग्य एकाच वेळी एकत्र नांदत नाही, त्याचप्रमाणे भक्ती आणि संशय! शारदानं आयुष्यभर संशय आणि संशयच घेतला. खऱ्याखोट्याची तिनं कधी तमा बाळगली नाही. संशयाचं निराकरण करून घेण्याचा कधी प्रयत्न केला नाही. एखादा दागिना-जिवाच्या मोलानं जतन करावा, तसा तिनं संशय जतन केला. वास्तविक ती तशी नव्हती.

एकेकाळी तिचा नर्सिंगचा पेशा होता. ती समाजात वावरलेली होती. तिनं

माणसं पाह्यली होती. नुसती बाहेरून नव्हे तर आतूनही. व्यथा ही काय चीज आहे हे ती जाणून होती. चित्रकला आणि नर्सिंग ह्या दोन्हीत तुलना करताना, चित्रकार आणि नर्स ह्यांचं कार्य सारखंच, असं हिरिरीनं किशोरला सांगून त्याला निरुत्तर करू शकणारी ही स्त्री.

तिच्या त्या आवेशावर आपण भाळलो.

स्वत:च्या कुरूपतेची खंत नसणाऱ्या शारदेला, निगर्वी रूपवतीप्रमाणे जीवनाचा अर्थ समजला आहे, असं मानून आपण तिच्याशी लग्न केलं. शारदाशी आपण लग्न करणार हे किशोरला जेव्हा त्या वेळी समजलं तेव्हा त्याला धक्काच बसला होता.

हातातला ब्रश ओढून घेत त्यानं तेव्हा विचारलं होतं,

"कुमार, ऐकलं ते खरं का?"

"काय?"

"तू शारदाशी लग्न करणार आहेस?"

"होय."

"नवल आहे."

"का?"

"तिच्यात तू काय पाह्यलंस?"

"तू असं का विचारतोस?"

"तुला माहीत आहे ते. आपण दोघं चित्रकार आहोत. चित्रकाराच्या दृष्टिकोनातून शारदेत काहीच नाही हे आपण, दोघं जाणून आहोत असं असताना तुला तिचा मोह वाटला कसा ह्याचंच फार नवल आहे."

"त्या दृष्टीनं मी तिच्याकडे पाह्यलंच नाही."

"मग कोणत्या दृष्टिकोनातून पाह्यलंस?"

"तिचं स्वप्न पाहिलं."

"कोणतं?"

"माझ्याबरोबर संसार करण्याचं तिचं स्वप्न, मला समजलं."

"अरे पण तुला तुझं काही स्वप्न आहे की नाही?"

"किशोर, खरं सांगू?"

"बोला."

"आयुष्याबद्दल मी फार गंभीर नाही राहिलो आता. मी जगतोय. माझं चित्रकलेचं जुनं प्रेम, तुझ्या सहवासापायी पुन्हा उफाळून आलं. मी निराशेच्या गर्तेत रोज बुडत चाललो होतो. भविष्यकाळच उरला नाही असं मी जाता येता म्हणत होतो. तू मला त्या दरीतून खेचून काढलंस. सश्रद्ध बनवलंस.

जीवनात आनंद कसा निर्माण करावा हे शिकवलंस. माझ्यावर आलेली निवृत्तीची जळमटं तू दूर केलीस. स्वप्नाळू हो, असा कानमंत्र दिलास. वास्तवतेचे भीषण फटके खाऊन मी अर्धमेला झालो होतो. स्वप्नं कशी फुलवायची, कशी जपायची हे शिकवलंस. स्वप्नांची माहिती समजलेला माणूस स्वप्नावरच कुऱ्हाड कशी चालवेल?''

''कुमार, हे झालं स्वत:च्या स्वप्नाबद्दल.''

''किशोर, तू चित्रकार आहेस. स्वप्न हे सारखंच. ते कुणाचंही असो. कलाकार अशी तुलना करत नाही.''

''मान्य. ते तत्त्व, त्या भावना झाल्या कलाकाराच्या दृष्टिकोनातून. मी प्रथम माणूस आणि नंतर सर्व काही आहे. जमिनीवरचे माझे पाय, सहजासहजी जमीन सोडत नाहीत. तुझं एक्झॅटली ह्याच्या उलट. तू जमिनीवर उतरायलाच तयार नाहीस. सारखा पंखावरच! मग ते विरक्तीचे असोत किंवा आसक्तीचे.''

''काहीही म्हण. मी आहे हा असा आहे. शारदानं एक नाही, दोन नाही, सतत पाच वर्षं संसाराची चित्रं माझ्या सान्निध्याच्या कल्पनेत रंगविली. तिचा संसार तिनं पाच वर्षांपूर्वीच सुरू केला. त्याचा उच्चार मात्र आठ दिवसांपूर्वी केला. तू म्हणतोस, त्याप्रमाणे खरोखरच मी जमिनीवर नसतो. जमिनीवर नसतो ह्याचा अर्थ आकाशात असतो, असं मात्र नाही. खरं म्हणजे मी कुठं असतो हे मलाच सांगता नाही येणार. मी माझा नसतो एवढं नक्की. स्वप्न आणि सत्य ह्यांमधल्या सीमारेषा कधीच पुसल्या गेल्या आहेत. म्हणूनच शारदेचा आनंद आपण नष्ट करावा असं वाटेना. ज्या माणसाला भूकच नाही, अन्नावर वासनाच नाही, त्याला पंगतीमधलं कुठलंही पान चालतं.''

''ठीक आहे. संसारात सुखी हो म्हणजे झालं.''

–किशोर प्रेमापोटीच हे सगळं बोलला ह्यात शंकाच नव्हती.

शारदेची व त्याची ओळख अगोदरची. तो दोघांचा मित्र होता.

दोघं सुखी व्हावीत ही त्याला लागलेली तळमळ होती आणि ह्या लग्नानं कुणीच सुखी होणार नाही ह्याची त्याला जी भीती वाटत होती,ह्यातही शंका नव्हती. किशोरकुमारना किशोरनं अशा शंका घ्याव्यात ह्याचं नवल वाटलं नाही. मात्र त्याच्या त्या शंका तंतोतंत खऱ्या ठरल्या, ह्याचं नवल वाटलं.

शारदाचं आणि त्याचं कधीच पटलं नाही. जिच्या विचारसरणीवर, जिवंत आणि खळखळत्या स्वभावावर आपण खूश झालो, तो तिचा स्वभाव लग्नानंतर एवढा बदलेल ह्याची त्यांना कल्पना नव्हती. किडकिडीत, हडकुळ्या मुलांच्याऐवजी गुटगुटीत मुलांनाच पोलिओ चटकन होऊ शकतो म्हणतात, त्याप्रमाणेच शारदाचं झालं. चांगल्या झाडावर एखादं बांडगूळ यावं

आणि मग तेच जास्त फोफावून जावं, त्यात मूळ झाडाचा बळी जावा तसं शारदेच्या बाबतीत प्रत्ययाला आलं. तिचा हसता बोलता स्वभाव, बुद्धिवादीपणा ह्यावर संशयाचं बांडगूळ उगवलं आणि त्यानं केवळ शारदेचा घास घेतला नाही तर किशोरकुमारांच्या अख्ख्या संसाराचा!

बाहेरच्या जगात बस्तान कधीच बसलं. मानमरातब, अगणित पैसा, लौकिक अशा एकेक पायऱ्या चढत चढत किशोरकुमार कीर्तीशिखरावर जाऊन बसले होते. ड्रॉइंगच्या सगळ्या परीक्षा देण्यापूर्वीच त्यांना छोटी छोटी कामं मिळत होती. मान्यवर लोकांच्या ओळखी होत होत्या. पोर्ट्रेटची स्पर्धा त्यांनी त्यांच्या ड्रॉइंगच्या शेवटच्या वर्षात असताना जिंकली. दोन हजाराचं पहिलं बक्षीस त्यांनी जिंकलं आणि पाठोपाठ एका मोठ्या औषधाच्या कंपनीकडून त्यांना नव्या वर्षाच्या कॅलेंडरसाठी बारा पेंटिंग्ज करण्याची ऑर्डर मिळाली. पंचवीस हजारांचं ते कॉन्ट्रॅक्ट होतं.

त्याच भांडवलावर स्टुडिओ उभा राहिला. किशोरनं ते नवजीवन दिलं, त्या उपकाराची फेड म्हणून कुमारनं स्वत:चं नाव किशोरकुमार ठेवलं. किशोरचं नित्य स्मरण राहावं म्हणून–ह्यापेक्षा चांगला पर्याय कोणता असू शकेल?

कॅलेंडरसाठी जी चित्रं काढायची होती, त्या चित्रांसाठी एका चांगल्या, देखण्या मॉडेलची गरज होती.

आणि ह्याच निमित्तानं मेघमालेचं आगमन किशोरकुमारच्या जीवनात झालं.

पुन्हा किशोरकुमार भूतकाळात गेले. त्रयस्थ झाले.

मेघमालेशी ते जेव्हा सगळी सुखदु:खं बोलले, ती रात्र त्यांना आठवली. काम करता करता थकलेल्या मेघमालेला ते म्हणाले,

''तुझी विश्रांती संपली की सांग.''

''संपली ना. करू या सुरुवात, नाहीतर मग कालच्यासारखी रात्र होईल.''

मेघमाला बोलता बोलता उठली. नेहमीच्या जागेवर जाऊन बसली.

कुमारनं दिवे लावले. तो पुढे झाला. त्यानं मेघमालेला नेहमीची पोझ दिली. हनुवटीला हात लावून हवा तसा कोन साधला. पदराची जागा पण बदलली. खाली वाकून, पातळाला जिथं जिथं चुण्या, सुरकुत्या हव्या होत्या तशा करून घेतल्या. मेघमालेकडे पाठ न करता तो उलटी पावले टाकीत आपल्या जागेवर आला. मान किंचित तिरकी करून त्यानं मेघमालेकडे पाह्यलं आणि तो म्हणाला,

''स्माईल.''

–मेघमाला हसली. हवं तेवढं हसू ओठांनी दाखवतच कुमार म्हणाला,

''होल्ड इट.''

कॅनव्हासवरून ब्रश सराईतपणे फिरू लागला.

काळ थांबला.
समोर आता मेघमाला नव्हती. होतं केवळ एक मॉडेल. एक आकार, एक रंग, एक आकृती, एक भाव, एक माध्यम, एक नाद, एक तरंग. मेघमाला आता स्त्री नव्हती. कुमार पुरुष नव्हता. प्रकाशात उजळून निघणारं ते एक इंद्रधनुष्य होतं आणि तसंच्या तसं ते आता कॅनव्हासवर उतरायला हवं, एवढंच माहीत होतं. त्या इंद्रधनुष्यानं आकाशाची साथ सोडून कॅनव्हासवर अलगद उतरायला हवं आहे– एवढंच जाणवत होतं.
ब्रश नर्तकीप्रमाणे नाचत होता. नर्तकीच्या घुंगरामधनं नाद ओसंडतो, इथं रंग ओसंडत होते. रांगोळी उमटत होती-इतकंच.
''आजही वहिनी आल्या नाहीत.''
–मेघमालेच्या या वाक्यानं कुमार भाानावर आला. त्यानं हातातली प्लेट खाली ठेवली. ब्रश शेजारच्या उभट भांड्यात ठेवले. टॉवेलला हात पुसत पुसत तो पेंटिंगसमोरून दूर झाला.
मेघमाला आसन सोडून उठली. एकाच पोझमध्ये खूप वेळ बसल्यामुळे तिचं अंग मोडून आलं होतं. काही वेळ मोकळ्या हवेत जाण्याची आवश्यकता वाटत होती.
कुमारनं ओळखलं.
''चल, आपण गच्चीवर बसू.''
कुमारनं गणपतला हाक मारून सांगितलं,
''गणपत, आम्ही गच्चीवर आहोत. आम्हाला दोन कप गरम कॉफी आण. बाईसाहेब आल्या म्हणजे त्यांना घेऊन वर ये.''

गच्चीच्या मोकळ्या हवेत दोघांना प्रसन्न वाटलं. कुमारनं बरोबर आणलेली सतरंजी पसरली. दोघं त्यावर बसली. दिवसभराच्या उन्हानं गच्ची तापलेली होती. बसल्याबरोबर त्याचा गरमपणा दोघांना जाणवला.
''वहिनी यायला हव्या होत्या.''
''ती येणार नाही.''
''का–तुम्हाला तसं म्हणाल्या होत्या?''
''नाही.''
''मग असं का म्हणालात?''
''पूर्वानुभव.''
''त्या कधी येत नाहीत?''
''नाही.''

''का?''

''कारण सांगायलाच हवं का?''

''फार खाजगी असेल तर सांगू नका.''

''तसंच काही नाही.''

''मग सांगा.''

''सांगायचं ठरवलं तर ते थोडक्यात आटोपणार नाही.''

''एवढं भयंकर आहे?''

''नाही. त्याला भयंकर विशेषण योग्य ठरणार नाही.''

''मग काय म्हणायचं?''

''तेच अजून मी ठरवू नाही शकत.''

''एवढं जगावेगळं आहे का?''

''ते जगावेगळं नाही म्हणून फार तापदायक वाटतं केव्हा केव्हा.''

''एक्झॅक्टली– व्हॉट इज द प्रॉब्लेम?''

''प्रॉब्लेम नाहीच, सध्या नुसताच ब्लेम आहे.''

''कुणावर?''

''माझ्यावर.''

''कसला?''

''दोन बायका आणि एक पुरुष – असं आलं म्हणजे जो ब्लेम येतो तोच.''

''म्हणजे वहिनींना काय वाटतं?''

''त्यांना वाटतं, इथं काहीतरी भानगड असणार.''

''तसं नसताना?''

''हो.''

''त्यांनी कोणत्याही वेळेला प्रत्यक्ष येऊन पाहावं.''

''तसं ती करणार नाही.''

''का?''

''मग तर्काला जागा उरणार नाही.''

''ह्यात काही अर्थ आहे का पण?''

''मुळीच नाही.''

''असं आपण म्हणतो. त्यांना ते कळायला हवं.''

''तिला ते समजत असणार.''

''कशावरून?''

''ती अतिशय शार्प आहे.''

''तुमचं लव्ह मॅरेज का हो?''

"पन्नास टक्के."
"म्हणजे काय?"
"तिचं माझ्यावर प्रेम बसलं."
"तिनं तुम्हाला मागणी घातली?"
"एक्झॅक्टली, मागणी म्हणता येणार नाही त्याला."
"मग?"
"तिनं इच्छा प्रदर्शित केली. मला नकार देणं कठीण गेलं. नकार द्यावा असं वाटलं नाही. तिनं सूचित केलं, मी हो म्हणालो. लग्न झालं. इट वॉज सिंपल!"
"तुमच्या आईवडिलांनी काही विरोध केला का?"
"मला आईवडील नाहीत."
"आय ॲम सॉरी."
"कशानं गेलं ते?"
"वडील अचानक गेले. तेव्हा मी सोळा-सतरा वर्षांचा होतो. आई त्यानंतर पाच वर्षांनी गेली."
–मेघमाला गप्प बसली. कुमारवर आपल्या ह्या प्रश्नांच्या सरबत्तीचा परिणाम होत असेल, ह्या कल्पनेनं ती गप्प बसली. कुमार मात्र शांत होता. किशोर तिकडे कलकत्त्याला जाऊन स्थायिक झाल्यापासून, आयुष्याबद्दलचे हे असे प्रश्न कुणी विचारले नव्हते. आपल्याला आपला गतकाल आठवत असतोच; पण प्रश्न विचारणारं कुणी असं असलं की त्या गतकालाबद्दल आज आपल्याला अचूक काय वाटतंय ह्याचा आपल्यालाही नव्यानं पत्ता लागतो. त्यात पुन्हा प्रश्न विचारणाऱ्याचा आपल्याशी फारसा संबंध नसावा. त्या व्यक्तीला आपल्याबद्दल जिव्हाळाही नसावा. प्रश्नाला 'हेतू' चिकटल्याचा भास निर्माण झाला, की उत्तराला 'हेतू' आलाच.
मेघमालेचे प्रश्न निर्हेतुक होते. त्यामुळेच आज खूप बोलायचं होतं. मेघमाला गेले दोन महिने येत होती. मॉडेल म्हणून समोर बसत होती. त्या भूमिकेत ती एकदा शिरली की शिल्पासारखी बसायची. ती केवळ 'आकार' व्हायची. कुमारसुद्धा शिल्पच व्हायचा. 'हालचाल करणारं शिल्प' इतकाच फरक. आज ह्या दोन्ही शिल्पांचं मौन गच्चीवर चांदण्यारात्री मोडलेलं होतं.
गणपत कॉफीचे कप घेऊन गच्चीवर आला.
कॉफी घेताना मेघमालेनं विचारलं,
"आणखी एक प्रश्न विचारू?"
"विचार ना!"

"तुमची आणि वहिनींची ओळख कशी झाली?"

"माझी आई हॉस्पिटलमध्ये होती. तिथं शारदा नर्स होती. पण त्या वेळी खरी ओळख झाली नाही. मी आणि किशोर एका खोलीत राहत होतो, रूम पार्टनर्स म्हणून. आमच्या चित्रकलेला खरी सुरुवात तिथूनच झाली. मी आज वैभवाचा, कीर्तीचा, स्टुडिओचा जो मालक झालोय त्याचं सगळं श्रेय किशोरला आहे."

"तुमचं नाव पण किशोरच ना?"

"नाही. किशोर हे नाव माझ्या मित्राचं. त्याच्या उपकारातून अंशत: मुक्त व्हायचं म्हणून मीच स्टुडिओला 'किशोरकुमार' नाव दिलं. सही करतानाही मी किशोरकुमार अशीच सही करतो. शारदा किशोरकडे यायची. तिची माझी नंतर ओळख झाली. मग तिच्या खेपा वाढल्या. माझ्या चित्राकडे ती भारावून बघत राहायची. वास्तविक, त्या काळात काढलेली एकूण एक चित्रं बंबात घालून पाणी तापवण्याच्या लायकीची होती. तरी शारदा खूश होती. तिच्या त्या वृत्तीचा अर्थ फार म्हणजे फार उशिरा ध्यानात आला. त्यात एके दिवशी अचानक भर पडली. "तुझं मी पोर्ट्रेट करणार आहे," असं मी तिला म्हणालो. ती आनंदानं, गर्वानं आणि माझा सहवास सतत मिळणार ह्या कल्पनेनं अंतर्बाह्य फुलून गेली. तिचं मी पोर्ट्रेट केलं. त्या चित्रात मी तिला पाठमोरी उभी केली. परमेश्वरानं दिलेल्या एकमेव सामर्थ्याचं, ऐश्वर्याचं दर्शन बघणाऱ्याला घडावं म्हणून मी तिला केस मोकळे सोडायला सांगितले. कुणाची तरी वाट पाहत ती खिडकीपाशी..."

"अय्या, म्हणजे स्टुडिओत शिरल्याबरोबर उजव्या हाताच्या भिंतीला जे चित्र लावलं आहे ते..."

"शारदाचंच."

"पण म्हणजे..."

"बोल ना स्पष्ट."

"वहिनी वर्णानं फार सावळ्या वाटतात."

"सावळ्या? चित्रात जो रंग मी वापरला आहे, त्याला चक्क काळा रंग म्हणतात."

"असेल. पण वहिनी इतक्या काळ्या असतील असं वाटत नाही."

"इट इज युवर फीलिंग. इट इज नॉट ए फॅक्ट. फीलिंग आणि फॅक्ट ह्यात फार म्हणजे फार फरक असतो."

"म्हणजे कसा?"

"आपलंच उदाहरण द्यायचं झालं तर मी म्हणेन, की..."

"आता स्पष्ट बोला म्हणून तुम्हाला सांगण्याची वेळ आली."

"आपल्या दोघांचं इथं काहीतरी चालत असणार हे झालं शारदेचं फीलिंग

आणि इथं आजवर तसं काहीही घडलं नाही ही झाली फॅक्ट.''

"अगदी करेक्ट. पण कुमार, ह्यावर उपाय काय?''

"कशावर?''

"वहिनींच्या मनातली ही भावना काढून कशी टाकायची?''

"ती नाहीच काढता येणार.''

"वा वा, असं कसं?''

"असंच आहे. त्याला काय करणार? तिच्या मनातला संशय दूर करता येणार नाही. हे काही फीलिंग नाही माझं, ही फॅक्ट आहे. संशय तिचा तिनंच दूर करायला हवा.''

"आणि त्या तसं करणार नाहीत ना?''

"नाही.''

"म्हणजे त्या कायम दु:खात राहणार.''

"आणि मीही.''

"ह्यात काही अर्थ आहे का पण?''

"नाही ना. पण ती फॅक्ट आहे. ती बदलता येणार नाही. तिचा एक तर स्वीकार करायचा, नाहीतर एक घाव दोन तुकडे. चौकोनाला चार बाजू असतात म्हणजे चारच असणार. तीन नाहीत किंवा पाच नाहीत. माणूस आपले विचार जितक्या प्रमाणात वस्तुस्थितीवर आधारित ठेवेल तितका तो सुखी होईल; पण तसं कधी घडत नाही. इथं आपल्या दोघांचं ठरलेल्या कामाव्यतिरिक्त आणखीन काही चालत असणार ह्या स्वत:च्या ठाम समजुतीवरच शारदा खूश आहे. शृंगार आणि वैराग्य एकत्र नांदत नाही, त्याचप्रमाणे संशय आणि भक्ती!—वैराग्य केवळ तारुण्यावर आघात करत असेल, पण संशय उभ्या आयुष्याची राख करतो.''

—मेघमाला गुंग होऊन हे ऐकत होती. ह्या कलाकाराच्या केवळ हातातच रंग नाहीत तर बोलण्यातील रंग आहे. फक्त ह्या रंगाची जात निराळी आहे. ब्रशमधला गुलाबी रंग वाणीतून प्रगट होताना मात्र भगव्या रंगात प्रगट होतो. विचार करता करता मेघमालेला वाटलं, वाणीत प्रगट होणारा भगवा रंग जर नजरेतून प्रगट व्हायचा असेल तर तो कोणत्या रंगात अवतीर्ण होईल? —पुन्हा गुलाबी होईल?

आर्त, व्याकुळ, मीलनोत्सुक नजरेनं कुमारकडे पाहत तिनं विचारलं, "कुमार, एक विचारू?''

"विचार.''

"तुम्हाला माझ्याबद्दल खरोखरच तसं आकर्षण कधीच वाटलं नाही का?''

"असा प्रश्न कोणत्याही स्त्रीनं कोणत्याही पुरुषाला विचारू नये."
"का?"
"कारण ह्या प्रश्नाचं उत्तर होकारार्थी द्यायचं की नकारार्थी ह्याचा अंदाज घेता येत नाही."
"असंच काही नाही."
"त्याशिवाय एक महत्त्वाची गोष्ट आहे."
"सांगा."
"हा प्रश्न प्रत्यक्ष न विचारता ओळखण्याची अमोघ शक्ती निसर्गानंच स्त्रीला दिली आहे. पुरुषाच्या मनात कोणत्या क्षणी कोणता भाव आहे, हे त्या क्षणात जाणू शकतात."
"मला तसा भाव एकाही क्षणी दिसला नाही, म्हणूनच आज विचारावंसं वाटलं. इतर स्टुडिओजमधून निराळे अनुभव आले आहेत आजवर."
"निराळे म्हणजे एक अनुभव वारंवार असंच ना?"
"हो, हो. तसंच."
"मग त्याला 'निराळा' असं म्हणायचं नाही. त्याला नेहमीचा म्हणायचं. त्याच्यावर फार विचारही करायचा नाही. जे कधीतरी घडतं, जे खऱ्या अर्थानं वेगळं असतं त्याचा खरा विचार करावा."
–मेघमाला म्हणाली, "असं कसं म्हणता?– सतत तोंड द्यावं लागतं ते असल्याच माणसांना, त्याचं काय?"
"मला कल्पना आहे त्याची. मी घरी रोज त्याचाच अनुभव घेतोय. बायको म्हटलं म्हणजे मग ती कुणाची असो, ती नवऱ्याचा संशय घेणारच. हासुद्धा मी दोष मानत नाही. संशय हा नेहमी दुष्ट बुद्धीनंच घेतला जातो असं मी म्हणत नाही. त्याचा प्रेमाशीच संबंध असतो. आपल्या नवऱ्याचं आपल्यावरच प्रेम असावं ही भावना त्यामागं असते. महत्त्व त्याला नाही. तो संशय जेव्हा अतिरेकानं धुमाकूळ घालतो तेव्हा उबग येतो. 'अति सर्वत्र वर्जयेत्' म्हणतात, तसं आहे. मर्यादेपलीकडे नवराबायकोनी एकमेकांवर प्रेम करणंही वाईट. असलं प्रेम माणसाला दुबळं बनवतं. प्रत्येक जीव हा एक स्वतंत्र घटक आहे. त्याला त्याचं असं स्वतंत्र जीवन आहे, अस्तित्व आहे. केवळ स्वत:चा असा उत्कर्ष आहे. इतकंच नव्हे तर स्वतंत्र असा अध:पातही आहे. ह्याचा विचार, ह्याचा विवेक, त्या अति प्रेमात राहत नाही. प्रेमानं माणूस ताकदवान बनला पाहिजे. नवराबायकोचं एकमेकांवर अमर्याद प्रेम शेवटी गुलाम बनवण्याची शाळा ठरतं. त्यात व्यक्तित्वाचा विकास करण्याची ताकद नसते. कलाकाराला असलं प्रेम नको असतं, त्याची कला ही त्याची संजीवनी असते. डॉक्टरी भाषेत त्याला

ऑक्सिजन म्हणावं. ती कला जोवर गृहिणी फुलवत ठेवत राहील तोवर तिच्या नावामागच्या 'सौ.'ला कधीच धक्का लागायचा नाही. प्रत्येक कलावंताच्या पत्नीनं आपल्या जोडीदारासाठी 'आपण हे करीत आहोत का?' हा प्रश्न स्वतःला विचारावा. हे जिला जमत नाही तिला मग आपला पराभव झाला असं वाटायला लागतं. कलाकारांशी संसार हा ह्या अर्थानं सुळावरची पोळी असतो.''

''म्हणजे शारदावहिनी...''

''आपल्याला उशीर होतोय.''

–किशोरकुमारांची तंद्री पुन्हा मोडली. फोन वाजत होता. तो मेघमालेचाच फोन असणार ह्यात शंका नव्हती.

मेघमालेचाच फोन होता. पुन्हा फोन करून तिनं किशोरकुमारना स्टुडिओ सोडायला लावला. टॅक्सी करून ते मेघमालेच्या घरी आले. मेघमालेबरोबरच सुजातानं त्यांचं स्वागत केल्यावर त्यांना हायसं वाटलं.

किशोरकुमारना बसायला सांगून मेघमालेनं–सुजाताला आत जाऊन झोपायला सांगितलं.

मेघमालेच्या ह्या धोरणावर किशोरकुमार खूश झाले. सुजाता अगदी नॉर्मल आहे हे तिनं अगदी सहज जाता जाता प्रत्यक्ष दाखवलं. तरीदेखील किशोरकुमारनी विचारलं,

''काय म्हणते सुजाता?''

''एकदम ओ.के.''

''आमच्या चिरंजीवांनी तिला काय केलं?''

''विशेष काही नाही.''

''काही बोलली का?''

''नॉर्मली पुरुष प्रथम जे करायचा प्रयत्न करतो ते दीपकनं करायचा प्रयत्न केला.''

''आय ॲम सॉरी, मेघमाला.''

''छे छे, ह्यात तुझी काहीच चूक नाही.''

''माझी चूक आहे.''

''तुझी चूक कशी?''

''त्याच्यावर मी संस्कार करायला कमी पडलो असाच त्याचा अर्थ होतो.''

''तू स्वतःवर हे ओढवून घेणार हे मी ओळखलं होतं. बसला असशील विचार करत–असं मी मनाशी म्हणाले. दोन वेळा फोन केला तो तेवढ्याचसाठी. माझा अंदाज खरा ठरला. मन शांत ठेव, डोकं शाबूत ठेव,

हे सांगण्यासाठी तुला बोलावलं इकडं.''
''मी भडकून, भडकून काय करणार?''
''घरी जाऊन शारदेशी भांडत बसशील.''
''मी नाही भांडत हल्ली.''
''घरात असतोसच कुठं भांडायला? –पटत नाही म्हणून घरापासून सारखा दूर असतोस आणि असा कायम बाहेर असतोस म्हणून जास्त भांडणं होतात.''
''त्याला आता काही इलाज नाही. मला आता माझी किंवा शारदाची चिंता नाही. मला आता केवळ दीपकची चिंता आहे.''

किशोरकुमारांची ती चिंता अगदी रास्त ठरली.
दीपक त्यांच्या हातून जो निसटला तो निसटलाच.
सुजाताच्या बाबतीत दीपकला संपूर्ण विश्वासात घेऊन किशोरकुमारना त्याच्याशी हितगुज करायचं होतं. ह्या नाजूक बाबतीत आवाज चढवण्यानं उपयोग होणार नव्हता. आवाज चढवण्याचा त्यांचा स्वभावही नव्हता. माणसानं माणसाशी बोलत राह्यलं पाहिजे, असं त्यांचं लाडकं मत होतं. दीपकशी खूप खूप बोलायचं होतं. मित्र होऊन बोलायचं होतं; पण ती संधी दीपकनं येऊ दिली नाही.
सुजाताच्या त्या प्रसंगानंतर दीपक घरातून जो नाहीसा झाला तो आठ दिवस त्याला शोधण्यात गेले. भूक राह्यली नाही, झोप उडाली. हजार रुपये केवळ त्याला शोधण्यात उडाले. ह्या सर्वांत भर म्हणजे शारदा मधूनच एखादा प्रहार करायची. मेघमालाच पुन्हा गदतीला धावली.
दीपक आठ दिवसांनी घरी परतला पण त्याच्याशी काही बोलण्याची सोय नव्हती. तो आजारी पडून घरी परतला होता. मनाला येईल तसं बडबडत होता. तोंडात जाता येता फक्त बायकांचा विषय होता. आपल्यावर किती मुली प्रेम करतात हे तो प्रत्येकाला सांगायचा. जवळ कसले कसले फोटो ठेवायचा. दीपकच्या त्या वागणुकीला, डोक्यावर परिणाम व्हायला किशोरकुमारच सर्वस्वी जबाबदार आहेत, असं शारदा वारंवार बोलू लागली.
मानसोपचारतज्ज्ञांची ट्रीटमेंट दीपकला द्यावी असा सल्ला किशोरकुमारांच्या नेहमीच्या डॉक्टरांनी दिला.
पण दीपकची अवस्था इतकी साधी नव्हती.
किशोरकुमारांना लहान वयातच ज्या व्याधीची प्रथम ओळख झाली त्याचा तडाखा दीपकला बसल्याचं त्यांच्या ध्यानात आलं.
आयुष्यात पुन्हा एकवार अंधार पसरला.

सावरणार कोण?
पुन्हा मेघमाला.

''कुमार, मला तुझी फार गंमत वाटते.''
''तुला कळणार नाहीत माझ्या वेदना.''
''पुन्हा बोलशील ते वाक्य?''
''रागावू नकोस. माझं मन ठिकाणावर नाही. आयुष्य पुन्हा उलटी वाटचाल का करीत आहे –कळत नाही.''
''काय झालं?''
''गुप्तरोग म्हटल्यावर पुन्हा सातारा आठवलं बघ. डॉ. कुर्तकोटींचा तो दवाखाना. ते आमचे कंपाउंडर, दमेकरी!– खालच्या मानेनं येणारे रोगी. दुःख, दुःख आणि दुःखच. त्यानंतर एखादी जादूची कांडी फिरावी, त्याप्रमाणे आयुष्य बदललं. ह्या अफाट मुंबईत, बेवारशी सांगाड्याप्रमाणे येऊन पडलो. किशोरचा आधार मिळाला. वैभव, यश, लौकिक, पत, कीर्ती सगळं लाभलं. फक्त बायकोकडून सुख मिळालं नाही. तुझा सहवास लाभला. बायकोचं माथं आणखीन फिरलं. तुझ्यामाझ्यात तसा कोणताही गैरप्रकार घडला नाही हे फक्त तुला आणि मला माहीत आहे. बायको ह्यावर विश्वास ठेवायला तयार नाही. गुप्तरोगाच्या दुःखापेक्षा जास्त दुःख मी भोगलं. तू मात्र कोणत्याही प्रसंगी साथ सोडली नाहीस. आयुष्यात असे आधार मिळत गेले आणि तशा कुबड्या मिळाल्याशिवाय मी जगूही शकलो नाही. निसर्गानं सगळ्या देणग्या दिल्या. बालपणाला कुतूहलाची देणगी, किशोरावस्थेत सगळ्या जगावर खूश राहण्याची देणगी, तारुण्यात तर बहरच बहर. शृंगार, प्रेम, शरीराचं आकर्षण ही देणगी. लग्नानंतर वात्सल्याची देणगी आणि वृद्धापकाळात वैराग्याची देणगी. ह्या सगळ्या देणग्यांवर आपण जगतो. मलाही त्या देणग्या मिळाल्या. पण त्यांचा क्रम चुकला. ऐन तारुण्यात हातात आलं वैराग्य. देहाची किळस आली. उबग आला. मला स्वप्नं फुलवायला मिळाली नाहीत. मला स्वप्नं विकत घ्यावी लागली. बाजारातून तयार वेणी विकत घेऊन डोक्यात घालण्यात आनंद असतोच, पण बागेत आपल्यासमोर एखादं फूल फुलताना जो आनंद मिळतो त्याची सर विकतच्या फुलांना येईल का? आईला तीच व्याधी आणि आता मुलाला पण तेच!''
''कुमार, कुमार शांत हो. असा बेभान होऊ नकोस. तुझं दुःख मी जाणत का नाही? तुला मी पहिल्यांदा का भेटत आहे? मला तुझं मोठं नवल वाटतं!''
''मेघमाला, असं म्हणू नकोस. तुझ्याशी मी सगळं सगळं बोलत आलो. इथं

मी मुखवटा वापरू शकत नाही. कर्णाप्रमाणं मी एक कवच बाळगत आलो व बाळगणार आहेही. त्याच्या आत तुझ्याशिवाय कुणालाही प्रवेश मिळाला नाही. पण तरीही आज एकाकी वाटतं. दीपकनं पराभव केला. मी हरलो.''

''इथंच चुकतोस तू कुमार, ह्या उभ्या जीवनात हार आणि जीत हे शब्द फार वरवरचे आहेत. फसवे आहेत. त्याहीपेक्षा दुसरा कुणी आपला पराभव करतो, हा विचार चुकीचा आहे. आपला पराभव आपणच करतो.''

''कसा?''

''जीवनात येणाऱ्या अनुभवांनी आपण आपल्या मर्यादा ठरवतो. हे वाईट, ते चांगलं असल्या व्याख्या तयार करतो. त्या व्याख्या किती तकलादू, व्यक्तिगत असतात हे व्याख्या बनवणाऱ्या माणसाला समजत नाही. त्या व्याख्यांना आपण डावलून नकळत पुढे जातो, लगेच आपण निर्माण केलेल्या विश्वात आपण स्वत:ला पापी समजतो. हा सगळाच पोरखेळ नाही का? –जन्मभर मनुष्यप्राणी मूलच असतो. माणूस म्हणजे लहान मूल, मोठं मूल, मोठं मूल आणि मोठं मूलच!''

''मला पटत नाही.''

''पटायलाच हवं. तुझं उदाहरण घे. नको त्या वयात तुला स्त्रीदेह विकृत स्वरूपात दिसला. तुला त्याचा उबग आला. तो काळ खूप जुना होता. गुप्तरोगासारख्या व्याधीसाठी बाईला-पुरुषाकडे जावं लागत होतं, नर्सेस पण नव्हत्या तेव्हा. इतका जुना काळ. त्यात सातारा. हे सगळं जीवन म्हणजेच जग ही तुझी तेव्हाची भावना. भविष्यकाळाची स्वत:ची इमारत तू ह्या अनुभवावर उभी केलीस. चित्रकार झालास. अंतरंगाकडून बहिरंगाकडे धाव घेतलीस. ती धावसुद्धा वरवरची. मनातला राखेचा रंग मनातच राह्यला. लग्न केलंस तेही वैराग्यातूनच आणि आता मुलाकडून तुझी तीच अपेक्षा आहे की त्याला आधी वैराग्य समजावं. संयम समजावा. हे कसं शक्य आहे? दीपकनं ऐश्वर्य पाह्यलं. यश पाह्यलं. सौंदर्य पाह्यलं. मानमरातब पाह्यला. आयुष्यातली भीषणता, दाहकता त्याला समजलीच नाही. असं असताना तुझा विचार त्याला समजावा, तुझा धडा त्यानं गिरवावा, ही तुझी अपेक्षा, हट्ट म्हणजे मुलाचाच हट्ट नाही का!''

''मग मी आता काय करू?''

''गप्प राहा.''

''शारदा मला सोलून खाते.''

''सहन कर.''

''दीपक...''

''सध्या फार विचार करू नकोस. प्रत्येक व्यक्तीचा उत्कर्ष निराळा. अध:पात

निराळा, असं तूच म्हणाला होतास ना!''
''म्हणून हे शांतपणे पाहू?''
''मग काय करावं असं तुला वाटतं?''
''मानसोपचारतज्ज्ञ...''
''सिम्पली फूलिशनेस.''
''का?''
''तुझ्या आध्यात्माच्या, विरक्तीच्या, वैराग्याच्या गोळ्या जशा दीपकला पचल्या नाहीत तशाच त्या मानसोपचारवाल्याच्या गोळ्यापण पचणार नाहीत.''
''मग?''
''काही नाही. सगळं उत्तम होईल. हे सातारा नाही आणि वीस-पंचवीस वर्षांपूर्वीचा हा काळही नाही. जग बदलतं आहे. तू झालास बैरागी. तुला तसे सगळेच दिवस सारखे. पूर्वी गुप्तरोगावरचे इलाजही गुप्तपणे चालायचे. आता तसल्या डॉक्टरांच्या राजरोसपणे पाट्या लागल्या आहेत. एखादा उत्तम डॉक्टर गाठ. दीपक ठीक होईल. त्याला अशी व्याधी होणं ही इष्टापत्ती समज.''
''काय सांगतेस?''
''योग्य तेच सांगते. जीवनातली भीषणता केवळ पाह्यल्यामुळं तू हा असा झालास. तो काळ निराळा होता. आता जग पुढे गेलं. दीपक तर फार पुढं गेला. जीवनातली दाहकता, घृणा, व्याधी हे केवळ पाहून त्याला पटणार नाही. खुद्द त्याच्याच वाट्याला तो नरक काही काळ यावा, तरच त्याला हे आयुष्य समजेल.''

किशोरकुमारांचा स्टुडिओ पूर्वीसारखाच जोरात चालला आहे. वरच्याच मजल्यावर ते एका मोठ्या कामात गुंतले आहेत. तळमजल्यावर दीपक एक पोर्ट्रेट करतोय. वर्षापूर्वी झालेल्या व्याधीचा आता मागमूसही राह्यलेला नाही. किशोरकुमार मात्र आता चित्रकला सोडण्याच्या विचारात आहेत. माणसाचा जो खरा अस्सल रंग आहे तो त्यांना त्यांच्या हातातल्या प्लेटवर सापडत नाही. ते हवालदिल होतात. लोकांना जेवढे रंग बघायला आवडतात त्या रंगांनी पोर्ट्रेट्स् रंगवणं बरं वाटत नाही. लोक किशोरकुमारना महान, जागतिक कीर्तीचे चित्रकार मानतात; पण माणसांचे, जगाचे, निसर्गाचे खरे रंग आपल्याला कधीच सापडले नाहीत ही त्यांना लागलेली कायमची खंत आहे. मेघमाला पण त्या दुःखावर फुंकर घालू शकत नाही.

♦